RIVER B

PRASAT
& MUANG TAM
ปราสาทพนมรุ้งและเมืองต่ำ

Michael Freeman

RIVER
BOOKS

First published and distributed in 1998
by River Books, Bangkok
Tel: (662) 225 4963, 224 6686
Fax: (662) 225 3861

Text and Photographs
© 1998 Michael Freeman

Collective Work © 1998 River Books,
Bangkok

All rights reserved. No part of this
publication may be reproduced or
transmitted in any form or by any means,
electronic or mechanical, including
photocopy, recording or any other
information storage and retrieval system,
without prior permission in writing from the
publisher

Michael Freeman reserves the moral right to
be identified as the author of this work

Advisor: Prof. M.R. Suriyavudh Sukhasvasti
Editor: Narisa Chakrabongse
Design: Supadee Ruangsakvichit
Production: Paisarn Piemmettawat

Printed and bound in Thailand by Amarin
Printing and Publishing Public Co., Ltd.

ISBN: 974 8225 39 9

Cover:
Within the enclosure the remains of a brick tower
with a surviving sandstone door-frame, can be
confidently dated to the 10th century. The central
sanctuary behind, as with most of the other
surviving structures, is from the late 12th century.

พิมพ์และจัดจำหน่ายครั้งแรก พ.ศ. 2541
โดยสำนักพิมพ์ริเวอร์ บุ๊คส์, กรุงเทพฯ
โทร. 225-4963 โทรสาร 225-3861

สงวนลิขสิทธิ์ © 2541 ข้อเขียนและภาพ
โดยไมเคิล ฟรีแมน

สงวนลิขสิทธิ์รูปเล่ม © 2541 ริเวอร์ บุ๊คส์
กรุงเทพฯ

ข้อความและรูปภาพทั้งหมดในหนังสือนี้
ผู้พิมพ์สงวนสิทธิตามพระราชบัญญัติ
การคัดลอกส่วนใด ๆ ในหนังสือนี้ไปเผยแพร่
ในทุกรูปแบบ ต้องได้รับอนุญาตจากผู้พิมพ์ก่อน
ยกเว้นการอ้างอิงเพื่อการศึกษาและการวิจารณ์

ที่ปรึกษา   : ศ.ดร.หม่อมราชวงศ์สุริยวุฒิ สุขสวัสดิ์
บรรณาธิการ   : หม่อมราชวงศ์นริศรา จักรพงษ์
รูปเล่ม   : สุภดี เรืองศักดิ์วิชิต
อำนวยการผลิต   : ไพศาลย์ เปี่ยมเมตตาวัฒน์
ภาคภาษาไทย   : กนกวรรณ ฤทธิ์ไพโรจน์

แยกสีและพิมพ์โดย
บริษัท อมรินทร์พริ้นติ้ง แอนด์ พับลิชชิ่ง จำกัด (มหาชน)

ปกหน้า
ภายในบริเวณปราสาทประธาน ซากปรางค์อิฐยังคงเหลือแต่
ฐานและกรอบประตูหินทรายที่มีอายุราวคริสตศตวรรษ
ที่ 10 ปราสาทประธานและบางส่วนของมุขกระสันที่เห็นอยู่
ด้านหลังที่มีความสมบูรณ์ทางสถาปัตยกรรมมากที่สุดนั้น
มีอายุราวปลายคริสตศตวรรษที่ 12

CONTENTS / สารบาญ

Prasat Phnom Rung	7	ปราสาทพนมรุ้ง
Plan	10	แผนผัง
White Elephant Hall	10	โรงช้างเผือก
Causeway	10	ทางเดิน
First *naga* bridge	14	สะพานนาคที่ 1
Staircase and second *naga* bridge	14	บันไดทางขึ้นและสะพานนาคที่ 2
Eastern *gopura*	16	โคปุระด้านทิศตะวันออก
Central sanctuary	20	ปราสาทประธาน
Tower	22	องค์ปราสาท
Lintels, pediments and decoration	24	ทับหลัง หน้าบันและลวดลายประดับ
Other buildings	28	อาคารอื่นๆ
Western *gopura*	28	โคปุระด้านทิศตะวันตก
Artefacts	28	วัตถุโบราณที่ขุดพบ
Prasat Muang Tam	33	ปราสาทเมืองต่ำ
Outer Eastern *gopura*	36	โคปุระด้านทิศตะวันออกชั้นนอก
Outer enclosure	38	ระเบียงคดชั้นนอก
Inner enclosure	40	ระเบียงคดชั้นใน
Central Tower	40	กลุ่มปราสาทประธาน
Artefacts	44	วัตถุโบราณที่ขุดพบ
Glossary	46	อภิธานศัพท์
Index	48	ดรรชนีค้นชื่อ
Bibliography	50	บรรณานุกรม

The sanctuary tower taken from the South-west corner.
ภาพปราสาทประธานถ่ายจากมุมทิศตะวันตกเฉียงใต้ จะเห็นปรางค์น้อยอยู่ทางซ้ายและหนึ่งในสองบรรณาลัยอยู่ทางขวา

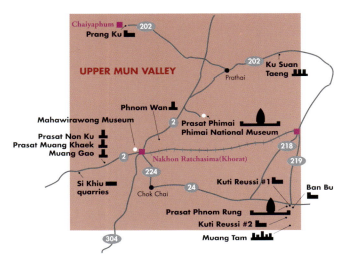

Lintel from the eastern entrance of the eastern gopura showing Indra sitting on the head of a kala who is holding two simhas.

ทับหลังเหนือประตูทางเข้าด้านทิศตะวันออกของโคปุระด้านตะวันออกจำหลักรูปพระอินทร์ประทับบนหน้ากาลในมือจับราชสีห์สองตัวที่มีปากคายท่อนอุบะ

PRASAT PHNOM RUNG ปราสาทพนมรุ้ง

This major temple, built mainly in a high-quality pinkish sandstone, combines an impressive hill-top site that commands the surrounding plain, and an extraordinary amount of architectural decoration of the highest order. The restoration programme from 1972 to 1988 has enhanced this, and despite inevitable development of the site for visitors, which has robbed it somewhat of what Lawrence Palmer Briggs called "its lonely grandeur", Phnom Rung is one of the most rewarding of all Khmer temples to visit.

Added interest is given by its intensely local associations, for much of Phnom Rung's iconography and decoration is a celebration of this region's most powerful family – that of Narendraditya, a member of the Mahidharapura dynasty. Throughout Phnom Rung there is evidence of the autonomy of local rule. The builders certainly owed allegiance to Angkor, but they were much more than mere vassals.

Eleven inscriptions have been found at Phnom Rung, and together give a patchy account of its history. The most important is the last, a stele erected in 1150 by Hiranya, son of Narendraditya. In it, Narendraditya is described as claiming suzerainty over this region as a result of having defeated many of King Suryavarman II's enemies. Suryavarman II, builder of Angkor Wat and one of the greatest Khmer rulers, was indeed a relative and a contemporary of Narendraditya, and the campaigns that led to the king's rule at Angkor from 1112 to 1152 may well have involved Narendraditya and his troops. The tone here is that of a powerful regional ruler supporting the king. There is a battle scene carved on one of the upper pediments above the south entrance to the sanctuary, with war elephants, one of which crushes an enemy soldier with its trunk. If this is from Narendraditya's campaigns, it may be the earliest historical scene in the

ปราสาทพนมรุ้งเป็นศาสนสถานขนาดใหญ่สร้างด้วยศิลาทรายสีชมพูชั้นเยี่ยมเป็นหลัก ปราสาทพนมรุ้งมีที่ตั้งที่โดดเด่นบนยอดเขาในเขตอำเภอนางรอง จังหวัดบุรีรัมย์ ท่ามกลางที่ราบลุ่มและเพียบพร้อมด้วยลวดลายประดับที่สลักเสลาสถาปัตยกรรมอย่างวิจิตรอลังการ์ โครงการบูรณะตั้งแต่คริสตศักราช 1972 ถึง 1988 ยิ่งเสริมความยิ่งใหญ่และความงดงามให้ศาสนสถานแห่งนี้ ในปัจจุบันปราสาทพนมรุ้งได้พัฒนาเป็นโบราณสถานเพื่อการท่องเที่ยวอันทำให้สิ่งที่ลอเรนซ์ พาลเมอร์ บริกกส์ เรียกว่า "ความอลังการ์อันลี้ลับ" เลือนหายไป แต่กระนั้นปราสาทพนมรุ้งนับเป็นศาสนสถานเขมรที่ควรค่าแก่การไปเยือนที่สุดแห่งหนึ่ง

ความน่าสนใจอีกประการหนึ่งของศาสนสถานแห่งนี้ คือ ความสำคัญและความสัมพันธ์ของพนมรุ้งต่อราชอาณาจักรเขมร ประติมานวิทยาและลวดลายประดับที่ปราสาทพนมรุ้ง ส่วนใหญ่เป็นการสรรเสริญเฉลิมพระเกียรติกษัตริย์นเรนทราทิตย์แห่งราชวงศ์มหิธรปุระ นอกจากนี้ยังพบหลักฐานเกี่ยวกับอำนาจการปกครองอิสระในท้องถิ่นนี้ ทำให้เชื่อว่า ผู้สร้างปราสาทพนมรุ้งนั้นมีความภักดีต่อพระมหากษัตริย์แห่งเมืองพระนครและผู้สร้างท่านนี้คงมิใช่เป็นเพียงขุนนางธรรมดาเท่านั้น

ณ ปราสาทพนมรุ้งแห่งนี้ได้ค้นพบศิลาจารึกรวม 11 หลักเป็นภาษาเขมร 7 หลัก และภาษาสันสกฤต 4 หลัก มีหลักฐานข้อมูลมากพอที่จะเรียบเรียงเป็นประวัติของศาสนสถานแห่งนี้ได้ ศิลาจารึกหลักที่สำคัญที่สุดคือหลักสุดท้าย (K. 384) ซึ่งมีอายุในคริสตศักราช 1150 ผู้สร้างศิลาจารึกหลักนี้ คือ หิรัญยะ โอรสของนเรนทราทิตย์ ข้อความในศิลาจารึกกล่าวถึงกษัตริย์นเรนทราทิตย์ว่า เป็นเจ้าแผ่นดินที่เสวยราชย์หลังจากทรงปราบปรามเหล่าข้าศึกศัตรูของพระเจ้าสุริยวรมันที่ 2 ซึ่งพระองค์ทรงเป็นพระมหากษัตริย์ผู้ยิ่งใหญ่ที่สุดพระองค์หนึ่งแห่งราชอาณาจักรเขมร ผู้ทรงสร้างนครวัด ทรงเป็นพระญาติและมีชีวิตร่วมสมัยกับนเรนทราทิตย์ เชื่อกันว่าในสงครามแย่งชิงราช-

country. Inside the south doorway is a lintel showing a king performing a ritual, aided by a *rishi*, and this also may be an image of Narendraditya.

Soon after the campaigns, probably at the beginning of the century, Narendraditya turned his back on war and entered monastic life as a *yogi* and *guru*. Hiranya, his son, claims for himself to have completed his Brahmanic education by the age of 16, became a great elephant hunter by the age of 18, and at 20 had a golden image of his father erected. Stating his lineage and accomplishments in this way, Hiranya was using the inscription to legitimize his claims to rule – standard practice at the time.

This inscription begins with a hymn to Shiva, one of the three principle Hindu deities, and the god appears in important locations in the temple: dancing over the main entrance to the *mandapa*, and as the supreme *yogi* over the main entrance to the east *gopura*. There is no doubt that Shivaite worship was well established at Phnom Rung, but Vishnuite images have also been found, and are referred to in another inscription.

Looking back in time from Narendraditya and Hiranya, there are 10th century accounts (in inscriptions) of land being purchased to build the sanctuary and its neighbouring community, with slaves assigned to its upkeep, and of a feudal-style land distribution system known as *Kalpana*, in which land was allocated to servants of the temple who would then return a proportion of the produce to the monastery. The earliest inscription of all was carved in the 7th or 8th century, at least a century before the earliest buildings that can be seen today.

Battle scene over the southern entrance to the shrine.

ฉากสงครามระหว่างราชวงศ์เการพและราชวงศ์ปาณฑพในซุ้มชั้นเชิงบาตรด้านทิศใต้ของปราสาทประธาน

บัลลังก์เมืองพระนครระหว่างคริสตศักราช 1112 ถึง 1152 นเรนทราทิตย์และกองทัพคงมีส่วนเกี่ยวข้องอยู่มากด้วยในฐานะที่เป็นผู้ปกครองแว่นแคว้นที่ทรงอำนาจและผู้จงรักภักดีต่อพระมหากษัตริย์ ที่หน้าบันเหนือทางเข้าศาสนสถานด้านทิศใต้สลักรูปสงครามบนหลังช้างตัวหนึ่งกำลังใช้วงสยบทหารข้าศึก หากภาพนี้แสดงการสงครามของนเรนทราทิตย์แล้ว คงเป็นเหตุการณ์ประวัติศาสตร์ตอนต้นของราชอาณาจักรเขมร และตรงทางเข้าด้านทิศใต้มีทับหลังจำหลักภาพกษัตริย์ประกอบพิธีกรรมกับฤษี ซึ่งอาจหมายถึงนเรนทราทิตย์ได้เช่นกัน

เมื่อสงครามชิงราชบัลลังก์สิ้นสุดลงในราวต้นศตวรรษ นเรนทราทิตย์ได้สละความเป็นราชตระกูลมาบำเพ็ญพรตเป็นฤษีและครู ส่วนหิรัญยะนั้น ในศิลาจารึกกล่าวว่า ท่านจบการศึกษาจบหลักสูตรของไวยากรณ์เมื่ออายุ 16 ปี เมื่ออายุ 18 ปีเป็นนักล่าช้างที่ฉกาจ อายุ 20 ปีจึงได้สร้างประติมากรรมทองอุทิศแด่บิดาของท่าน การจารึกลำดับราชวงศ์และยกย่องผลงานความสำเร็จในลักษณะนี้ กล่าวได้ว่าเป็นวิธีการแสดงความชอบธรรมและความถูกต้องในการประกาศตนเป็นผู้ปกครองของหิรัญยะ อันเป็นธรรมเนียมปฏิบัติในตามขนบธรรมเนียมประเพณีในสมัยนั้น

ศิลาจารึกหลักนี้เริ่มด้วยบทสรรเสริญพระศิวะ หนึ่งในสามของรูปเคารพเทพเจ้าในศาสนาฮินดูยังพบประดิษฐานในที่สำคัญ ๆ หลายแห่งที่ปราสาทพนมรุ้ง อาทิเช่นแสดงเป็นรูปศิวนาฏราช ตรงเหนือทางเข้ามุขกระสัน และเป็นรูปผู้ทรงศีลเหนือโคปุระด้านตะวันออกอันเป็นทางเข้าหลัก จึงเชื่อได้ว่า ลัทธิไศวนิกายได้เจริญรุ่งเรืองอยู่ ณ ปราสาทพนมรุ้ง แต่รูปเคารพของพระวิษณุก็พบเช่นกันรวมทั้งศิลาจารึกบางหลักที่กล่าวถึงเทพเจ้าองค์นี้ด้วย

ตามหลักฐานศิลาจารึกจากคริสตศตวรรษที่ 10 พบว่า ในแผ่นดินนเรนทราทิตย์และหิรัญยะ มีการซื้อที่ดินเพื่อสร้างศาสนสถานและชุมชนใกล้เคียงพร้อมกับทาสเพื่อดูแลศาสนสถานดังกล่าว นอกจากนี้ยังมีระบบการปกครองแบบเจ้าของที่ดินและจัดสรรที่ดินทำกินให้ชาวบ้านที่เรียกว่า กัลปนา หมายความว่ามีการจัดสรรที่ทำกินให้กับผู้ดูแลศาสนสถาน ซึ่งต้องแบ่งผลผลิตที่ได้ส่วนหนึ่งให้แก่ศาสนสถานเป็นการตอบแทน สำหรับศิลาจารึกหลักแรกใน 11 หลักนั้นมีอายุอยู่ในคริสตศตวรรษที่ 7-8 หรือก่อน อาคารที่เก่าที่สุดของปราสาทพนมรุ้งเท่าที่ปรากฏในปัจจุบันนี้สร้างขึ้นอย่างน้อยที่สุดหนึ่งศตวรรษ

The second 'naga bridge' balustrade and pond, whose terrace, like the first, is cruciform in plan.

สะพานนาคที่สองและสระก่อนเข้าไปยังองค์ปรางค์ ซึ่งมีลักษณะเหมือนรูปกากบาท เหมือนสะพานนาคที่ 1

The 160-metre causeway is lined with 67 boundary stones.
ทางเดินยาว 160 เมตร ก่อนถึงบันไดขึ้น
ปราสาทพนมรุ้ง ที่มีเสานางเรียงอยู่ทั้งสองข้าง
ทาง 67 ต้น

Plan

The 383m inactive volcano that rises over the flat farmland that stretches 30 km south to the visible Dongrek Mountains provides the setting for one of the Khmer empire's few, but spectacular, axial temples. The Khmer concern with architectural symbolism, increasingly focused on the recreation of Mount Meru and the surrounding elements of the Hindu universe, made mountains particularly compelling and special sites.

The Khmer word 'phnom', meaning hill, describes the location. Like Preah Vihear, the cliff-top temple 190 km to the east, and Wat Phu even further east in Laos on a mountainside overlooking the Mekong River, Phnom Rung was built to take advantage of its naturally commanding site, and a sequence of causeway, steps and terraces make a long, impressive approach to the sanctuary at the top. The entire complex is strung out on an east-west axis, a little over $1/2$ km from the first laterite terrace on the eastern slope of the hill to the western *gopura*.

Although the modern approach to the temple is by roads from the east and west that converge on the entrance gate close to the top of the hill, the real start is another $1/2$ km to the east, at the foot of the eastern slope. Now partly covered in vegetation, its laterite steps lead up to the first of a series of cross-shaped platforms (see p12). Continuing west, a long causeway, second platform, succession of staircases and final platform lead to the enclosure. This, surrounded by a gallery with a *gopura* in each face and corner pavilions, contains the central sanctuary and several other buildings of different periods.

'White Elephant Hall'

From the visitor centre near the entrance, walk back down the slope and to the left in the direction of the first cross-shaped terrace. The large laterite and sandstone structure that you come to first is known locally as the 'White Elephant Hall'. This is a rectangular building with porches on its east and west walls, surrounded on three sides (west, north and east) by galleries and walls. The name is no more than imaginative folklore: there is no reason for believing that this building had anything to do with white elephants. Before restoration, Phnom Rung was locally thought to have been a king's palace. A king would have been expected to possess white elephants, and they would have had to be kept somewhere. The real function of the building is not known.

Causeway

The cross-shaped terrace just south of the 'White Elephant Hall' marks the beginning of the principal approach to the temple. From the middle of this platform, which measures 40m north-south and 30m east-west, face east – the view is directly towards the staircase and the

White Elephant hall.
โรงช้างเผือก

แผนผัง

บนยอดภูเขาไฟที่ดับสนิทสูง 383 เมตร เหนือพื้นที่ราบลุ่มเกษตรกรรม ขนาดใหญ่ที่แผ่กว้างลงมาทางใต้จากภูเขาดงเร็กที่มองเห็นอยู่ในระยะ ไกลประมาณ 30 กิโลเมตร เป็นที่ตั้งของศาสนสถานของอาณาจักรเขมร ที่มีแผนผังแบบใช้แกนเป็นหลักอย่างงดงามและไม่พบมากนัก เขมรให้ ความสำคัญกับสถาปัตยกรรมที่แฝงด้วยสัญญลักษณ์ โดยเฉพาะอย่างยิ่ง เกี่ยวกับภูมิจักรวาลตามความเชื่อในศาสนาฮินดูซึ่งมีเขาพระสุเมรุเป็น ศูนย์กลางและแวดล้อมด้วยองค์ประกอบอื่นของจักรวาล ดังนั้นจึงสร้าง ศาสนสถานบนยอดเขาเพื่อจำลองเป็นที่ประทับอันศักดิ์สิทธิ์ของเทพเจ้า

คำว่า "พนม" ในภาษาเขมร แปลว่า ภูเขา บ่งบอกถึงที่ตั้งและ ภูมิทัศน์ของปราสาทพนมรุ้งได้ดี เช่นเดียวกับปราสาทเขาพระวิหารที่ สร้างบนหน้าผาห่างออกไปทางทิศตะวันออก 190 กิโลเมตร หรือวัดภูใน ประเทศลาวซึ่งตั้งอยู่บนไหล่เขาหันหน้าสู่แม่น้ำโขง ปราสาทพนมรุ้งแห่ง นี้ก็สร้างโดยใช้ประโยชน์ของทำเลที่ตั้งที่โดดเด่นตามธรรมชาติเป็นส่วน หนึ่งของสถาปัตยกรรม โดยสร้างทางเดิน ชาลา บันไดทางขึ้นจากด้าน ล่างสู่ศาสนสถานบนยอดเขาอย่างงดงาม สำหรับกลุ่มสถาปัตยกรรม หลักของศาสนสถานนั้นวางตัวในแนวตะวันออกสู่ตะวันตกมีความยาว กว่าครึ่งกิโลเมตร ทั้งนี้นับจากชาลาศิลาแลงขั้นแรกตรงลานเขาด้าน ตะวันออกถึงโคปุระด้านตะวันตก

แม้ว่าในปัจจุบันมีถนนเข้าสู่ศาสนสถานจากทิศตะวันออกและ ตะวันตกซึ่งมาบรรจบตรงประตูทางเข้าใกล้ยอดเขา แต่ท่านก็ต้องเดิน ต่อไปทางตะวันออกอีกประมาณครึ่งกิโลเมตร โดยทางบันไดทางขึ้น ศิลาแลง ซึ่งปัจจุบันปกคลุมด้วยพันธุ์ไม้ นำขึ้นสู่ชาลารูปกากบาทและ เดินต่อไปตามทางเดินไปทางตะวันตกจนถึงชาลาที่สอง แล้วต่อด้วย บันไดทางขึ้นอีก จนกระทั่งจบด้วยชาลาสุดท้ายก่อนเข้าสู่บริเวณกลุ่ม

Prang Noi
ปรางค์น้อย
Tower
ปรางค์ประธาน
Two brick buildings
ปรางค์อิฐ 2 องค์
Library
บรรณาลัย
Library
บรรณาลัย
Second *naga* 'bridge'
สะพานนาคที่สอง
Pond & Terrace
สระและชานชาลา
Staircase
บันได
N
First *naga* 'bridge'
สะพานนาคชั้นแรก
Causeway
ทางเดิน
White Elephant Hall
โรงช้างเผือก
Cross-shaped terrace
ชาลารูปกากบาท

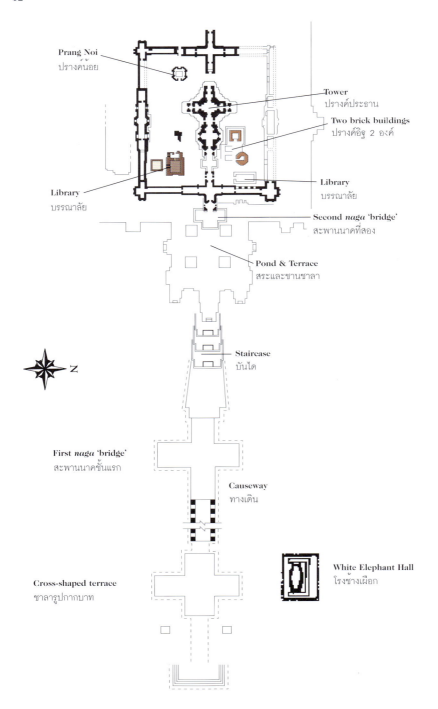

The eastern gopura, naga *terrace and pond.*

โคปุระด้านทิศตะวันออก ชาลาและสระน้ำ

สถาปัตยกรรมหลักที่ล้อมรอบด้วยระเบียงคด ตรงกึ่งกลางแต่ละด้านของระเบียงคดนี้มีโคปุระประกอบและมีซุ้มประตูที่มุมบริเวณที่ล้อมรอบด้วยระเบียงคดนี้มีปราสาทประธานและอาคารประกอบที่สร้างในสมัยต่าง ๆ หลายอาคาร

โรงช้างเผือก

จากศูนย์บริการนักท่องเที่ยวใกล้ทางเข้าปราสาทพนมรุ้ง ให้ท่านเดินกลับลงมาตามทางลาดและเลี้ยวมาทางซ้ายของชาลากากบาทชั้นแรก ท่านจะพบอาคารขนาดใหญ่ก่อด้วยศิลาทรายและศิลาแลงตรงหน้าท่าน ชาวบ้านเรียกกันว่า "โรงช้างเผือก" เป็นอาคารรูปสี่เหลี่ยมผืนผ้าขนาด 6.40 x 20.40 เมตร มีมุขทางทิศตะวันออกและตะวันตก ทั้งมีระเบียงคดล้อมรอบด้านทิศตะวันตก ทิศเหนือและทิศตะวันออกและยังมีกำแพงศิลาแลงล้อมรอบระเบียงคดนี้อีกสามด้าน ชื่อ "โรงช้างเผือก" นั้นเรียกกันตามความเข้าใจของชาวบ้านว่าเป็นโรงช้างเผือกของพระมหากษัตริย์ โดยปราศจากหลักฐานสนับสนุนใด ๆ นอกจากก่อนการบูรณะนั้นชาวบ้านคิดว่า ปราสาทพนมรุ้งเป็นที่ประทับของพระมหากษัตริย์และพระองค์ต้องมีช้างเผือกและจึงต้องมีโรงช้างเผือกอยู่ด้วย จากการศึกษายังไม่พบหน้าที่ใช้สอยที่แท้จริงของอาคารนี้

The second naga *'bridge' balustrade outside the eastern* gopura.

ราวลูกกรงรูปนาคของสะพานนาคที่สอง ด้านนอกโคปุระทิศตะวันออก

tower. 67 lotus-bud-tipped boundary stones line each side of the 160m causeway; their shape is the first indication on the visit of Phnom Rung's architectural style, which is of the Angkor Wat period from the first few decades of the 12th century.

First *naga* 'bridge'

Walk along the laterite-paved causeway towards the next cross-shaped stone terrace in the distance. This terrace, with five-headed *naga* balustrades, is one of the special inventions of the later periods of Khmer architecture. Found also at Phimai, and at Angkor Wat itself, it is known as a *naga* 'bridge'. The bridge in question is less of a physical one, even though the platform is raised on pillars, than a cosmological one. The *nagas* lining it in the form of balustrades here perform the function of a rainbow, with which they are sometimes compared in Khmer inscriptions, and are a bridge between this world and the divine. The hill beyond, and the sanctuary at its top, are a recreation of the centre of the Hindu universe. This platform, fully restored, is particularly fine. It rises 1/2 m on carved pillars, and can be ascended from the east, north and south. In its centre, a large lotus leaf is very lightly carved – unfinished, in fact. The balustrade of rearing five-headed *nagas* is in the style of Angkor Wat, and carved in great detail; note the scales and backbones.

Staircase and second *naga* 'bridge'

From here a broad staircase rises in five sections to the sanctuary. At the top is another large terrace just before the entrance, set with four artificial ponds. These, intended for ritual use now once more contain water since the restoration has been completed.

Between the western two ponds is the eastern projection of a second *naga* 'bridge'. Similar, though

ทางเดินและชาลารูปกากบาท

ชาลารูปกากบาททางทิศใต้ของ "โรงช้างเผือก" ถือเป็นจุดแรกของทางเข้าหลักของปราสาทพนมรุ้ง เมื่อยืนตรงกึ่งกลางของชาลาซึ่งมีความยาวจากแนวเหนือ-ใต้ 40 เมตร และตะวันออก-ตะวันตก 30 เมตร แล้วหันหน้าไปทางทิศตะวันออก จะเห็นแนวบันไดที่นำขึ้นไปสู่องค์ศาสนสถานเบื้องหน้า ตลอดทางเดินที่ยาว 160 เมตรนี้มีเสานางเรียงยอดเสาสลักคล้ายรูปดอกบัวเรียงรายเหนือขอบทางเดินทั้งสองข้าง ๆ ละ 67 เสา รูปแบบของเสาเป็นสถาปัตยกรรมของปราสาทพนมรุ้งแบบแรกที่เราเห็นเป็นศิลปะสมัยนครวัด ประมาณทศวรรษต้น ๆ ของคริสตศตวรรษที่ 12

The eastern approach to the sanctuary from the naga 'bridge'.
ปราสาทพนมรุ้งเมื่อมองจากทางเดินจะเห็นสะพานนาคที่ 1 อยู่เบื้องล่าง

สะพานนาคที่ 1

เดินตามทางเดินที่ปูด้วยศิลาแลงต่อมายังชาลารูปกากบาทที่อยู่เบื้องหน้า ชาลานี้ล้อมรอบด้วยนาคราวลูกกรง โดยปลายสุดของแต่ละด้านมีนาคห้าเศียรที่มีรัศมี และเป็นองค์ประกอบพิเศษของสถาปัตยกรรมเขมรในยุคหลัง ที่พิมายและนครวัดเองก็พบสถาปัตยกรรมแบบนี้และเรียกว่า "สะพานนาค" "สะพาน" ตามที่เรียกกันนี้ ไม่ใช่สะพานจริง ๆ แม้จะมีการยกพื้นสูงและมีเสารองรับก็ตาม ตัวนาคที่ทอดตัวเป็นราวลูกกรงนั้นคงแทนความหมายของรุ้งกินน้ำตามที่ปรากฏในศิลาจารึกเขมรว่าสะพานที่เชื่อมโลกมนุษย์กับสวรรค์ ภูเขาที่อยู่เหนือขึ้นไปและมีศาสนสถานบนยอดนั้น คือ รูปจำลองของศูนย์กลางจักรวาลตามศาสนาฮินดู ชาลานี้เมื่อบูรณะแล้วมีความงดงามมาก ตั้งอยู่บนเสาสูงเมตรครึ่งที่ล้วนประดับด้วยลวดลายและมีทางลงทั้งจากด้านทิศตะวันออก ทิศเหนือและทิศใต้ สำหรับพื้นของชาลานี้สลักรูปดอกบัวขนาดใหญ่ ซึ่งสลักยังไม่เสร็จสมบูรณ์ เศียรนาคปลายราวลูกกรงเป็นศิลปะนครวัดและสลักเสลาอย่างวิจิตรทั้งเกล็ดและสันหลัง

บันไดทางขึ้นและสะพานนาคที่ 2

จากจุดนี้เป็นบันไดทางขึ้นมีชานพัก 5 ตอน ที่ทำด้วยหินทรายกว้าง 13 เมตร ยาว 30 เมตร ตอนบนสุดก่อนจะเข้าสู่ทางเข้าศาสนสถานมีชาลาขนาดใหญ่ซึ่งมีสระน้ำ 4 สระ สระนี้ไม่ใช่สระธรรมชาติแต่สร้างขึ้นเพื่อใช้น้ำประกอบพิธีกรรม เดิมไม่มีน้ำอยู่ แต่หลังการบูรณะเสร็จสิ้นจึงได้เติมน้ำในสระ

"สะพาน" นาคที่ 2 อยู่ระหว่างสระน้ำด้านตะวันตกทั้งสองสระ มีลักษณะคล้ายกับสะพานที่ 1 ซึ่งอยู่ที่เชิงบันไดทางขึ้นแต่มีขนาดเล็กกว่า ชาลานี้ประดับด้วยราวลูกกรงรูปนาคสามด้าน คือด้านทิศตะวันออก ทิศเหนือและทิศใต้ อันที่จริงราวลูกกรงนาคเหล่านี้มีความแตกต่างกันอย่างชัดเจน ขอให้สังเกตตรงคอนาคจะเห็นรูปสัตว์ที่กำลังคายนาคออกมา

สัตว์ตัวนี้คือ มกร และราวลูกกรงของชาลารูปกากบาทนั้นคือลำตัวของมกรไม่ใช่งูธรรมดา ๆ สำหรับรูที่เสาทำให้เชื่อว่าชาลานี้เคยมีหลังคาไม้หรือทำเผื่อไว้สำหรับหลังคาไม้

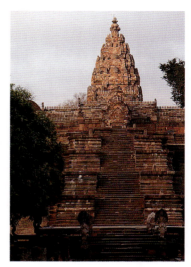

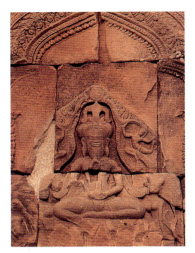

The eastern pediment from the eastern gopura is one of the most important. Shiva is here shown in the form of the supreme ascetic.

รูปพระศิวะบำเพ็ญตนเป็นฤๅษีบนหน้าบัน
ด้านนอกของโคปุระทิศตะวันออก

smaller than the first at the foot of the staircase, it features *naga* balustrades facing in three directions: east, north and south. In fact, there is a subtle difference in the balustrades. Look carefully at the point where the *naga* heads rear up and notice that they are being disgorged by another creature.

This is a *makara*, and its body, rather than the snakes', lines the cross-shaped platform. Post-holes indicate that this terrace had, or was intended to have, a wooden roof.

Eastern *gopura*

The level of this terrace broadens and extends west as a platform for the entire sanctuary. The enclosure is marked by a rectangle of galleries, with *gopuras* in the middle of each of the four sides. Facing the sunrise over the distant plains, the eastern *gopura* is the principal entrance. A succession of doorways lies ahead on the line of the temple's axis – through the *mandapa* (or entrance pavilion), the *antarala* that connects it to the *prang*, and out again through the western *gopura*.

This eastern *gopura* is an elaborate building in its own right, with diminishing chambers on either side that give it a 'telescoped' appearance. The main doorway has a double-sectioned projecting porch, with a double pediment at the front, and a slightly higher one behind. Note that the rear pediment has not been finished: the 5-headed *nagas* that should project at the base of the arch are merely undressed blocks.

The pediment at the front features a Hindu *yogi*, surrounded by female attendants and celestial dancers. In such a key location for an east-facing temple, this almost certainly represents Shiva as the supreme ascetic. One clue is the hairstyle, the same as that on the dancing Shiva on the *mandapa* inside. Another is the posture, known as *lalitasana*, or 'royal ease' – a relaxed position with the right leg extended. Not only this, the carving may also be an image of Narendraditya, the local ruler who became a *yogi*. Identifying a king with a god was a practice common at Angkor; this may be a regional version. Unusually for the 12th century, the area around the figure of the *yogi* is blank; perhaps the carvers intended to add another lightly-incised garland, or perhaps this area symbolises the ascetic life of a *yogi*. The lintel below shows a divinity seated over a *kala*, who grips the hind legs of a pair of lions.

The *gopura* also has two smaller entrances. The northern of these, to your right as you stand facing the main door, carries a small pediment with a scene that must be from the *Ramayana* – one of the battles between the monkeys troops and the *yakshas*.

The view from the top, with the help of a map, gives a clue to Phnom Rung's importance during a long period

Five-headed nagas *at the eastern* gopura.

สะพานนาคที่สองก่อนเข้าโคปุระด้านทิศตะวันออก

โคปุระด้านทิศตะวันออก

ชาลาของชั้นนี้เป็นชาลาที่แผ่กว้างออกไปทางทิศตะวันตกเป็นทำหน้าที่เป็นฐานขององค์ศาสนสถานทั้งหมด มีระเบียงคดล้อมรอบและตรงกึ่งกลางของระเบียงคดแต่ละด้านมีโคปุระ โคปุระด้านทิศตะวันออกหันหน้าสู่ทิศที่พระอาทิตย์ขึ้นเหนือที่ราบลุ่มเบื้องล่างและเป็นทางเข้าหลัก เบื้องหน้ายังมีประตูเรียงถัดต่อกันไปตามแกนตะวันออก-ตะวันตกของศาสน-สถาน ตั้งแต่ประตูมณฑป ประตูมุขกระสันที่เชื่อมต่อกับปราสาทประธาน และผ่านออกมาอีกด้านหนึ่งทางประตูโคปุระด้านทิศตะวันตก

โคปุระด้านทิศตะวันออกนี้มีความสมบูรณ์เหมือนเป็นอาคารหนึ่งทีเดียว เนื่องจากมีห้องขนาดเล็ก 2 ห้องขนาบและตรงทางเข้าหลักมีโคปุระรองประกอบอยู่สองข้าง ด้านหน้ามีหน้าบันขั้นลด 2 ขั้นโดยมีหน้าบันที่สูงขึ้นไปซ้อนอีกด้านหลัง ขอให้สังเกตหน้าบันด้านหลังว่ายังสลักไม่เสร็จ ภาพนาคห้าเศียรตรงฐานของวงโค้งเป็นเพียงก้อนศิลาที่ยังไม่ได้สลัก

หน้าบันด้านหน้าจำหลักรูปฤษีตามศาสนาฮินดูแวดล้อมด้วยสาวก-สตรีและนางอัปสร จากตำแหน่งที่สำคัญของหน้าบันนี้ทำให้เชื่อได้ค่อนข้างแน่นอนว่า รูปนี้คือพระศิวะหรือผู้ทรงศีลยิ่งใหญ่ พิจารณาจากทรงพระเกศาที่เหมือนกับรูปศิวนาฏราชบนหน้าบันมณฑปด้านใน และพิจารณาจากอิริยาบทที่เรียกว่า "ลลิตาสนะ" คือประทับนั่งห้อยพระบาทข้างขวา ส่วนพระชงฆ์ด้านซ้ายงอพับไว้ ภาพสลักนี้อาจหมายถึงนเรน-ทราทิตย์ผู้ครองแคว้นที่บำเพ็ญพรตเป็นฤษีก็ได้ การยกย่องกษัตริย์เสมอเทพเจ้าเป็นธรรมเนียมปฏิบัติของเมืองพระนคร รูปที่ปราสาทพนมรุ้งคงเป็นรูปแบบศิลปะพื้นถิ่นที่ต่างไปจากศิลปะเขมรในคริสตศตวรรษที่ 12 คือ พื้นที่รอบองค์ฤษีว่างเปล่า เป็นไปได้ว่าช่างตั้งใจจะสลักลายท่อนพวงมาลัย หรืออาจจะเว้นไว้เพื่อแสดงความหมายเชิงสัญญลักษณ์ของการ

Looking across rice fields from the summit.
ทัศนียภาพจากยอดเขา เห็นเป็นนาข้าวบนที่ราบสูง

from the 8th to the 13th centuries. From the platform in front of the east *gopura* there is a good view to the south and east. Just 6 km to the south-east, hidden by trees, lies the other important temple in the area – Muang Tam (the 'Lower City', so-called because of its relation to Phnom Rung) – and the *baray* just to its north of it can be seen glistening from here. Muang Tam was connected to Phnom Rung by a road – one of the most important of the royal roads that spanned the empire. It continued on to Angkor, via the Ta Muen Pass in the Dongrek Mountains (too far to be made out from here). Resting houses and hospitals lined this route, and with binoculars, you should be able to spot the laterite tower of Kuti Reussi, the chapel of a hospital, just to the right of the nearest corner of the *baray*. Beyond this, another hospital, and resting house, was located at the Ta Muen Pass, close to the important temple of Ta Muen Thom. To the north and west, the view is obscured by trees and the slope of the hill, but the royal road continued north-west to Phimai. Khao Phnom Rung, as the hill is called, is clearly strategic, while the fertile plain that surrounds it, aided by a water management programme of *barays* and canals, provided the local rulers with a powerful economic base. The view today of rice-fields and trees, at its best in the rainy season, gives a sense of continuity with this past.

Central sanctuary

Enter the main doorway of the *gopura* and continue through to the enclosure. As you emerge on the other side of the *gopura*, the *mandapa* lies directly ahead, so close to the doorway that it blocks the view of the *prang* beyond. This restricted view makes the pediment and lintel of the *mandapa* the first things that you can see, and both are masterpieces.

The pediment depicts a 10-armed dancing Shiva – *Shiva Nantaraj* – and while it resembles the one in a similar position at Phimai, it is more complete, the god has a more benign expression, and there is great suppleness to the posture. The figures at Shiva's feet are badly damaged, but are Ganesh, the elephant-headed son of Shiva, and two female disciples, one of whom (with the drooping breasts) is almost certainly be Kareikalammeyar.

Below the pediment is the lintel, which in recent years has become the most famous in Thailand. In counterpoint to the dancing Shiva, the image here is of Vishnu reclining – *Vishnu Anantasayin* – and despite the missing left edge and being broken in two pieces, it is one of the finest representations of this well-known Hindu scene. Its recent history has been dramatic. Before restoration work began, the lintel rested on the ground, but at some time in the early 1960s, it was found to be missing, presumed stolen. Later, it was discovered to have been acquired by an American art foundation and on loan

หลุดพ้นก็เป็นได้ ทับหลังด้านล่างจำหลักภาพพระอินทร์ประทับบนหน้ากาลซึ่งใช้มือทั้งสองข้างจับขาคู่หลังของราชสิห์คู่หนึ่ง (ดูหน้า 6)

โคปุระนี้มีประตูทางเข้าขนาดเล็กอีก 2 ทาง หากท่านยืนหันหน้าหาประตูทางเข้าหลัก จะเห็นว่าประตูทางทิศเหนือซึ่งอยู่ทางขวาของท่านมีหน้าบันเล็กๆ จำหลักภาพตอนหนึ่งจากเรื่องรามายณะว่าด้วยสงครามระหว่างกองทัพลิงและยักษ์

เมื่อมองภาพจากมุมสูงทำให้เห็นความสำคัญของปราสาทพนมรุ้งระหว่างคริสตศตวรรษที่ 8-13 จากชาลาหน้าโคปุระด้านทิศตะวันออกจะเห็นทัศนียภาพที่งดงามทางทิศตะวันออกและทิศใต้ ห่างออกไปประมาณ 6 กิโลเมตรทางทิศตะวันออกเฉียงใต้ที่มีแมกไม้ปกคลุมอยู่คือ บริเวณของศาสนสถานที่สำคัญแห่งหนึ่ง คือ ปราสาทเมืองต่ำ สามารถมองเห็นน้ำในบารายด้านเหนือระยิบระยับจากจุดนี้ จากปราสาทพนมรุ้งมีถนนถึงปราสาทเมืองต่ำเลย ถนนสายนี้เคยเป็นทางหลวงที่สำคัญที่สุดเส้นหนึ่งของราชอาณาจักรเขมร เริ่มจากเมืองพระนครผ่านช่องเขาตาเมือนของภูเขาดงเร็ก (ไกลเกินจะสามารถเห็นได้จากที่นี่) มีศาลาที่พักและโรงพยาบาลตลอดเส้นทางนี้ หากมีกล้องส่องทางไกลท่านสามารถเห็นอาคารศิลาแลงชื่อ กุฏิฤษี ซึ่งเป็นศาสนสถานของโรงพยาบาลอยู่ทางขวาของมุมด้านใกล้ของบาราย ถัดออกไปเป็นโรงพยาบาลอีกแห่ง และศาลาที่พักซึ่งตั้งอยู่ที่ช่องเขาตาเมือน ใกล้กับปราสาทตาเมือนธม ทางทิศเหนือและทิศตะวันตกมีต้นไม้และเนินเขาบดบัง แต่ทางหลวงนี้ยังต่อเนื่องไปถึงพิมายทางทิศตะวันตกเฉียงเหนือ เขาพนมรุ้งจึงเป็นจุดยุทธศาสตร์ที่ดี มีที่ราบอันอุดมสมบูรณ์ล้อมรอบ มีระบบชลประทานจากบารายและคลองที่ดี ช่วยให้ผู้ปกครองแว่นแคว้นนี้มีที่มั่นทางยุทธศาสตร์ที่มั่นคง ปัจจุบันเห็นเป็นนาข้าวและต้นไม้ซึ่งจะเขียวชะอุ่มในฤดูฝน ช่วยให้นึกย้อนถึงภาพในอดีตได้ดี

ปราสาทประธาน

เมื่อผ่านประตูทางเข้าโคปุระและระเบียงคดออกมาด้านในของโคปุระนั้น ท่านจะพบมณฑปด้านหน้า เนื่องจากมณฑปนี้อยู่ใกล้ประตูทางออกมากจึงบดบังปรางค์ที่อยู่ด้านหลังไป จึงทำให้ท่านเห็นหน้าบันและทับหลังของมณฑปเป็นสิ่งแรกและล้วนเป็นงานศิลปะชิ้นเอกของปราสาทพนมรุ้ง

หน้าบันจำหลักภาพศิวนาฏราชสิบกร คล้ายกับภาพพระศิวะที่พิมายแต่สมบูรณ์กว่า เพราะทรงแสดงความอ่อนโยนและการสลักท่าทางก็ทำได้อ่อนช้อยกว่า รูปบุคคลที่พระบาทพระศิวะอยู่ในสภาพแตกชำรุด แต่ทราบว่าเป็นพระคเณศ โอรสพระศิวะที่มีเศียรเป็นช้าง และสาวกสตรีสองคน คนหนึ่งที่มีพระอุระหย่อนคล้อย คงเป็นนางกาไรกาลัมเมยาร์ นักบวชหญิงผู้หนึ่งในลัทธิไศวนิกาย อีกคนหนึ่งคือพระอุมา

ด้านล่างของหน้าบัน คือทับหลังซึ่งเป็นที่รู้จักอย่างดีในประเทศไทย คือพระวิษณุอนันตศายิน (นารายณ์บรรทมสินธุ์) แม้ว่าส่วนมุมซ้ายจะหายไปและหักเป็นสองส่วน แต่นับว่าเป็นทับหลังแสดงเรื่องราวพระวิษณุ

The pediment above the southern entrance of the mandapa showing Umamahesvara. The figures of Shiva and Uma have been hacked away.

หน้าบันของทางเข้ามณฑปทางทิศใต้สลักภาพอุมามเหศวร

The eastern pediment of the mandapa showing a dancing Shiva in early Angkor Wat style.

หน้าบันด้านทิศตะวันออกของมณฑปแสดงภาพศิวนาฏราช อันเป็นศิลปะแบบนครวัดตอนต้น

Indra on Airavata.
พระอินทร์ทรงช้างเอราวัณ

Ceremony with Narendraditya.
พิธีอภิเษกเป็นฤๅษีของนเรนทราทิตย์ที่ปรากฏที่ทับหลัง
ประตูชั้นที่ 2 ด้านทิศใต้ขององค์ปราสาท

to the Art Institute of Chicago. As the restoration of the temple neared completion in the 1980s, public outcry grew in Thailand for its return, which was successfully negotiated in exchange for a payment made to the American foundation from private sources in the United States and an agreement to allow temporary loans of artefacts to the Art Institute of Chicago. The lintel was replaced in 1988, the year that the Phnom Rung restoration was finished.

Vishnu reclines on his right side on the back of the *naga* – the world-serpent Ananta or Sesha. However, in the development of this famous scene over the centuries, by the 12th century when this was carved, the body of the *naga* has diminished, and the most prominent creature is a long-bodied dragon with a lion's head. The few dragons that have entered Khmer iconography seem to have come from China and Vietnam. Possibly, this was inspired through contact – direct or indirect – with the Chams of the central Annam coast. Brahma rises from Vishnu on a lotus flower, while Lakshmi as usual cradles Vishnu's legs; the tail plumage of two *hamsas* makes an arch for the scene. The motifs on either side (though the left is missing) are a *kala* face issuing garlands and two elegantly carved parrots below, with other figures, such as a female monkey with young fitting precisely into the tightly-knit design.

Cross over the small platform (the third and final 'naga bridge') and enter the *mandapa*. Steps lead down into the room, which is about a metre below the level of the *antarala* and shrine. The steps are recent additions, and there is no agreement as to why the floor should be so low. Perhaps there might have been a raised wooden floor; the ceiling was certainly of wood to conceal the corbelled construction of the roof. The *mandapa* now contains a statue of the kneeling bull Nandi (Shiva's steed), and blocks carved with the guardians of direction.

These are, clockwise from the entrance:
East: Indra on the elephant Airavata
South-east: Agni on a rhinoceros
South: Skanda on a peacock
South-west: Nirriti on a *raksasa*, or demon (missing)
West: Varuna on a *naga* (though elsewhere normally on a *hamsa*)
North-west: Vayu on a deer (missing)
North: Kubera on an elephant-headed lion
North-east: Shiva on the bull Nandi

In the *antarala* beyond, an interior lintel carrying five *rishis* or *yogis* reaffirms the importance of Shivaite worship. Continue through into the shrine, where the *linga* would have been situated. To your left, inside the porch that opens to the south, are two lintels. One shows a row of figures, the central one bearded, and this is

ที่งดงามมาก ประวัติในภายหลังของทับหลังนี้เหมือนนิยาย กล่าวคือ ก่อนการบูรณะ ทับหลังนี้ตกอยู่บนพื้นดิน แต่ในตอนต้นทศวรรษ 1960 ทับหลังนี้ได้สูญหายไปคาดว่าถูกขโมย ต่อมาพบว่ามูลนิธิศิลปะอเมริกันได้ครองครองและให้สถาบันศิลปะแห่งชิคาโกจัดแสดงอยู่ เมื่อการบูรณะเสร็จสิ้นในทศวรรษ 1980 ประชาชนชาวไทยได้เรียกร้องขอให้คืนทับหลังดังกล่าว จากการเจรจาต่อรองได้ข้อยุติว่า ประเทศไทยได้ทับหลังคืน โดยมีมูลนิธิเอลิซาเบธเชนีย์ในสหรัฐอเมริกาจ่ายเงินให้กับมูลนิธิศิลปะอเมริกันและประเทศไทยตกลงให้สถาบันศิลปะชิคาโกขอยืมโบราณวัตถุจากไทยบางชิ้นเพื่อจัดแสดงเป็นนิทรรศการชั่วคราว ทับหลังดังกล่าวกลับมาถึงประเทศไทยเมื่อวันที่ 10 พฤศจิกายน พ.ศ. 2531 ได้นำไปติดตั้ง ณ ที่เดิมในปีเดียวกัน อันเป็นปีที่การบูรณะเสร็จสมบูรณ์

ช่างนิยมสลักภาพพระวิษณุบรรทมตะแคงขวาอยู่เหนืออนันตนาคราชนี้มานานนับหลายศตวรรษ จนกระทั่งถึงคริสตศตวรรษที่ 12 เมื่อสร้างทับหลังนี้ การสลักรูปอนันตนาคราชเลือนหายไปและช่างนิยมสลักรูปมังกรตัวยาวหัวเป็นสิงโตแทน รูปมังกรซึ่งไม่ค่อยพบมากนักในประติมานวิทยาของเขมรคงมาจากศิลปะจีนหรือเวียดนาม เป็นไปได้ว่าแรงบันดาลใจนี้คงมาจากการติดต่อทั้งโดยตรงและโดยอ้อมกับชาวจามบริเวณชายฝั่งแคว้นอันนัมภาคกลาง ในรูปเดียวกันยังมีพระพรหมประทับเหนือดอกบัว ก้านของดอกบัวผุดขึ้นมาจากพระนาภีของพระวิษณุ พระลักษมีพระชายาของพระวิษณุประทับที่ปลายพระบาท พวงหางของนกหัสดีลึงค์ 2 ตัว ทำเป็นวงโค้งประดับลวดลายทั้งสองข้าง (ด้านซ้ายสูญหายไป) เป็นรูปหน้ากาลคายท่อนพวงมาลัย ด้านล่างสลักรูปนกแก้ว 2 ตัวอย่างงดงามพร้อมภาพบุคคล เช่นสตรี ลิงและลวดลายอื่นจนเต็มภาพ

เดินข้ามชาลาเล็กๆ (สะพานนาคที่ 3) เข้าไปในมณฑป มีบันไดลงไปในห้อง ซึ่งอยู่ในระดับที่ต่ำกว่ามุขกระสันประมาณ 1 เมตร บันไดในปัจจุบันเป็นการทำเพิ่มและยังไม่มีข้อยุติเกี่ยวกับการสร้างพื้นของห้องนี้ให้ต่ำกว่าส่วนอื่น อาจเป็นไปได้ที่เดิมมีการยกพื้นไม้ในห้องนี้ ส่วนเพดานทำด้วยไม้แน่นอนเพื่อปิดโครงสร้างของหลังคา ในมณฑปนี้ประดิษฐานประติมากรรมโคนนทิ (พาหนะของพระศิวะ) หมอบ และ

Left: The eastern lintel from the mandapa *showing Vishnu reclining on the back of Ananta. The lower part of Brahma's body seated on a lotus is visible at the top of the lintel.*

Above: The right-hand side of the lintel carries the unusual motif of two finely carved parrots below a kala.

ภาพบนซ้าย: ทับหลังด้านทิศตะวันออกของมณฑปที่มีชื่อเสียงมากที่สุด คือทับหลังนารายณ์บรรทมสินธุ์

ภาพบนขวา: ภาพขยายด้านซ้ายของทับหลังนารายณ์บรรทมสินธุ์ แกะเป็นหน้ากาลและนกแก้วสองตัว

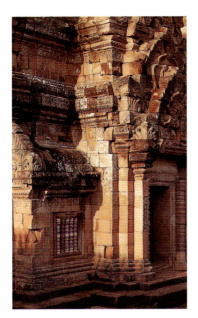

The north entrance to the mandapa.
ทางเข้ามณฑปด้านทิศเหนือ

believed to show the ceremony in which Narendraditya became a *rishi*. The other lintel shows Shiva as an ascetic surrounded by other *rishis*. On the opposite side, in the porch opening north, one of the lintels is too badly damaged to be identifiable, while the other shows Arjuna firing an arrow. Leave the sanctuary through the west door, pausing inside the porch to look at the lintel in which Krishna kills Kansa (the other interior lintel is missing). As you emerge from this western porch, the west *gopura* lies directly ahead; to your left is the small square building known as the Prang Noi. Walk over to the right instead, for a general view of the tower.

Tower

Compare this view with the same one at Phimai. From the decorative details, Phnom Rung's tower was built in the early 12th century, after that at Phimai but still before Angkor Wat. Unusually, however, while you might expect to see some progression – an intermediate stage between the towers of Phimai and Angkor Wat – in some important ways it is actually further from Angkor Wat and closer to Chola Indian *shikaras*, such as that at Rajarajesvara.

The redenting of Phimai's tower, with 6 interior angles at each corner, gives it a rounded section, and those at Angkor Wat even more so. Here, however, the corners have been redented to only 4 interior angles, and the tower is distinctly pyramidal. You can see also that the cornice is much less prominent than at Phimai, so that there is none of the waisted arrow-head impression that helps make Phimai so imposing. If you step closer for a moment to the west door below the tower, you will see that the scene carved on the pediment includes a model of this very tower, with its slightly squat, pyramidal shape. Two tiers of pediment above this, roughly at cornice level, is another representation of the tower.

None of this implies that Phnom Rung's tower is in any way less than that of Phimai. It has its own unique character, unlike any other Khmer temple, and the quantity and standard of carving that decorates it is exceptional. As at Phimai, there are 5 levels, including the cornice, each smaller than the one below, and the pyramid is topped with the vase of plenty. Originally, this might have been surmounted with Shiva's trident, where the lightning rod now is; some justification for thinking this, is the image of the tower in the west pediment.

The sanctuary tower and laterite 'library' taken from the northwest corner.

ปราสาทประธานและบรรณาลัยศิลาแลง

เทพผู้รักษาทิศอีกหลายรูป เรียงตามเข็มนาฬิกาจากทางเข้าได้แก่ ทางทิศตะวันออกเป็นรูปพระอินทร์ทรงช้างเอราวัณ ทิศตะวันออกเฉียงใต้เป็นรูปพระอัคนีทรงระมาด ทิศใต้เป็นรูปพระคันธกุมารทรงนกยูง ทิศตะวันตกเฉียงใต้เป็นรูปพระนิรุทธิ์ทรงรากษส (สูญหายไป) ทิศตะวันตกเป็นรูปพระวรุณทรงนาค (ปกติจะทรงหงส์) ทิศตะวันตกเฉียงเหนือเป็นรูปพระวายุทรงกวาง (สูญหายไป) ทิศเหนือเป็นรูปท้าวกุเวรทรงคชสีห์ และทิศตะวันออกเฉียงเหนือเป็นรูปพระอิสาณทรงโค

ทับหลังด้านในของมุขกระสันจำหลักรูปฤษีห้าตนซึ่งเป็นหลักฐานยืนยันว่า ศาสนสถานนี้สร้างในลัทธิไศวนิกาย เมื่อเดินผ่านเข้ามาในครรภคฤหะซึ่งเป็นที่ประดิษฐานศิวลึงค์ ทางด้านซ้าย คือมุขปราสาทด้านทิศใต้ ภายในมีทับหลังสองแผ่น ทับหลังแผ่นที่ 1 จำหลักภาพบุคคลสองแถว บุคคลตรงกลางไว้เคราและเชื่อว่าคือเป็นรูปพิธีบวชเป็นฤษีของนเรนทราทิตย์ ทับหลังอีกแผ่นที่ 2 จำหลักรูปพระศิวะแวดล้อมด้วยฤษีหลายตน ในฝั่งตรงข้ามเป็นมุขปราสาทด้านทิศเหนือ ทับหลังแผ่นหนึ่งชำรุดเสียหายมากไม่อาจบอกได้ว่าเป็นภาพอะไร ส่วนอีกแผ่นจำหลักรูปพระอรชุนแผลงศร จากนั้นเดินออกจากปราสาทประธานทางประตูทิศตะวันตก โดยหยุดที่มุขปราสาทเพื่อชมทับหลังจำหลักเหตุการณ์ตอนพระกฤษณะสังหารพระยากงส์ (ทับหลังอีกแผ่นหนึ่งสูญหาย) เมื่อท่านออกมาจากมุขปราสาทด้านทิศตะวันตกแล้ว จะเห็นโคปุระด้านทิศตะวันตกอยู่เบื้องหน้า ทางซ้ายคืออาคารทรงสี่เหลี่ยมที่เรียกว่าปรางค์น้อย แต่ขอให้เดินมาทางขวาแทนเพื่อชมสถาปัตยกรรมของภายนอกของปราสาทก่อน

Lintel over the north door of the antarala showing Krishna fighting an elephant and a lion.
ทับหลังของมุขกระสันด้านทิศเหนือจำหลักภาพกฤษณะต่อสู้กับข้างกุวัลยปิถะและราชสีห์

Pediment over the south entrance to the sanctuary.
หน้าบันเหนือทางเข้าปราสาทด้านทิศใต้จำหลักภาพพระวิษณุ

Lintels, pediments and decorations

The *antarala* at Phnom Rung has a door on each side, giving a total of eight entrances in the sanctuary, each of them the opportunity for placing a lintel and pediment. These locations, together with the interior lintels, give Phnom Rung a wealth of imagery, all of it Hindu. We start at the western end.

The badly damaged lintel over the west door of the sanctuary carries the same scene as over the west door of Phimai's *mandapa* – that of Rama and Lakshmana caught in the coils of a serpent. The pediment is related to it, and shows Sita being taken under Ravana's orders to the battlefield to see them. She is carried in a flying chariot, rendered as a miniature of this very temple, while the air all around is filled with Rama's monkey warriors.

Continue clockwise around the sanctuary. Note the pilasters and colonettes that frame the north door – the former carved with rampant lions at the base, the latter with praying *rishis*. The lintel above is damaged, but originally showed Vishnu riding *garuda*. Above, monkey troops fill most of the pediment in an unidentified scene from the *Ramayana*.

A little further along, the lintel over the *antarala* shows Krishna despatching an elephant and lion in a carving that, despite the loss of Krishna's face, has a fine sense of movement. In the pediment, Sita is being abducted by Ravana. Appearing twice, she is taken prisoner in the lower part, and carried away at the top in Ravana's chariot. The gravity of the occasion appears not to concern two monkeys copulating in a tree.

The next doorway along is the north entrance to the *mandapa*, showing the Battle of Lanka, with airborne monkey troops swooping down from above. Continue around the corner to the east entrance of the *mandapa*, where you first entered the enclosure. It has a false half roof on either side, and under the east gables of these are two half-pediments. That on the left as you face the entrance is of special interest, because it seems to show a rite described in the 13th century at Angkor by Chou Ta-Kuan (the Chinese emissary whose account has provided much information on everyday life). Although the carving is damaged, it appears to show a puberty ceremony in which a priests breaks the hymen of a girl with a miniature *linga*. Chou Ta-Kuan's account goes: "Daughters of rich parents, from seven to nine years of age (or eleven, in the case of poor people) are handed over to a Buddhist or Taoist [but Chou Ta-Kuan defines Taoists as "worshipping nothing but a block of stone *(linga)*"] priest for deflowering – a ceremony known as *chen-t'an*. Each year the proper authorities choose a day of the month corresponding to the fourth Chinese moon and let this be known throughout the country. . . I have been told that at a given moment the priest enters the

องค์ปราสาทภายนอก

ขอให้เปรียบเทียบสถาปัตยกรรมภายนอกกับปราสาทหินพิมาย จะพบว่าปราสาทพนมรุ้งมีอายุในตอนต้นคริสตศตรรษที่ 12 หลังปราสาทหินพิมายแต่ก่อนนครวัด ท่านจะเห็นความต่อเนื่องของสถาปัตยกรรมเขมรระหว่างยุคของปราสาทพิมายและนครวัดที่ปราสาทพนมรุ้ง แต่กลับมิใช่เช่นนั้น สิ่งที่พบคือ สถาปัตยกรรมที่พนมรุ้งมีลักษณะคล้ายคลึงกับสถาปัตยกรรมโจฬะในศิขระของอินเดียมากกว่าของนครวัด

สถาปัตยกรรม "ปราสาท" ที่พิมายมีการย่อมุม 6 มุม ทำให้ปราสาทเป็นรูปทรงกลม ปราสาทนครวัดย่อมุมมากกว่านี้อีก แต่ปราสาทที่พนมรุ้งย่อมุมเพียง 4 มุม ทำให้ปราสาทเป็นทรงปิรามิดอย่างชัดเจน นอกจากนี้แนวลวดบัวที่ชั้นครุฑยังเด่นน้อยกว่าปราสาทหินพิมาย ส่วนยอดเครื่องบนจึงไม่มีความสง่าดังลูกศรที่พุ่งทะยานเช่นที่พิมาย หากเดินเข้าไปดูหน้าบันเหนือมุขปราสาทด้านทิศตะวันตกใกล้ ๆ จะเห็นภาพจำหลักรูปจำลองของปราสาทแห่งนี้เป็นทรงปิรามิดค่อนข้างม่อต้อ ตรงหน้าบันชั้นที่สองและสามประมาณระดับชั้นลวดบัว ก็มีรูปจำลองของปราสาทลักษณะเดียวกัน

ทั้งนี้มิได้หมายความว่า สถาปัตยกรรมปราสาทที่พนมรุ้งด้อยกว่าที่พิมาย แต่เรียกว่ามีลักษณะเฉพาะตัวที่ต่างจากศาสนสถานเขมรโดยทั่วไป ส่วนงานสลักเสลาประดับลวดลายนับว่าเด่นทั้งคุณภาพและปริมาณ เครื่องบนของปราสาทพนมรุ้งเช่นเดียวกับที่พิมายประกอบด้วยเชิงบาตร 5 ชั้น เชิงบาตรชั้นบนมีขนาดเล็กกว่าและซ้อนลดหลั่นขึ้นไป เดิมส่วนยอดบนสุดปักปัญจศูลของพระศิวะ ตามที่เห็นได้จากในภาพจำหลักของยอดเครื่องบนบนหน้าบันด้านทิศตะวันตก ปัจจุบันมีสายล่อฟ้าแทน

Deflowering ceremony.
พิธีเบิกพรหมจรรย์ที่จำหลักบนหน้าบันชั้นลดทิศตะวันออก

Lotus flower from the door-sill of the eastern entrance to the mandapa.
ดอกบัวสลักที่อัฒจันทร์รูปปีกกาตรงพื้นประตูทางเข้ามณฑป

ทับหลัง หน้าบัน และลวดลายประดับ

มุขกระสันของปราสาทพนมรุ้งมีประตูเข้าทางด้านข้างทั้งสองด้าน จึงทำให้ประตูทางเข้าศาสนสถานแห่งนี้มีมากถึง 8 ประตู แต่ละประตู ก็ประกอบด้วยทับหลังและหน้าบัน นอกจากตำแหน่งเหล่านี้แล้ว ยังมีทับหลังด้านในอีกด้วย ดังนั้นปราสาทพนมรุ้งจึงงดงามไปด้วยภาพจำหลักซึ่งล้วนแต่แสดงเรื่องราวในศาสนาฮินดู ซึ่งเราจะเริ่มชมจากด้านทิศตะวันตก

เหนือมุขประตูทิศตะวันตกมีทับหลังที่สภาพชำรุดมากจำหลักภาพเหมือนกับทับหลังเหนือทางเข้ามณฑปทิศตะวันตกของปราสาทพิมาย คือรูปพระรามและพระลักษณ์ต้องศรนาคบาศ ส่วนของหน้าบันก็จำหลักภาพที่สัมพันธ์กัน คือภาพนางสีดาเสด็จโดยบุษบกมายังสนามรบ นางสีดาประทับบนราชยานบุษยกที่เหาะได้ บุษบกทำเป็นรูปจำลองของปราสาทประธานของปราสาทพนมรุ้ง รายล้อมด้วยเหล่าวานรทหารพระรามที่เหาะอยู่เต็มท้องฟ้า

เดินตามเข็มนาฬิกาต่อมา ขอให้สังเกตเสาติดผนังและเสากรอบประตูของประตูด้านทิศเหนือเสาแรกสลักภาพสิงห์ที่โคนเสาส่วนเสาหลังสลักภาพฤษีที่โคนเสา ทับหลังเหนือกรอบประตูชำรุดเสียหาย แต่เดิมสลัก

Prang from the western gallery.
องค์ปราสาทประธานถ่ายจากทิศตะวันตก

ภาพพระวิษณุทรงครุฑ ด้านบนเป็นหน้าบันจำหลักกองทัพวานรเต็มเนื้อที่แสดงเรื่องราวจากรามายณะแต่ไม่สามารถระบุตอนได้

ถัดออกไปอีกมีทับหลังเหนือมุขกระสันจำหลักภาพพระกฤษณะต่อสู้กับช้างและสิงห์ แม้ว่าหน้าของพระกฤษณะจะหายไปแต่ก็ยังแสดงท่วงท่าที่งดงามอยู่ สำหรับหน้าบันนั้นแสดงภาพทศกัณฐ์ลักนางสีดา ตอนล่างเป็นภาพนางสีดาถูกจับขังเป็นเชลยและตอนบนเป็นภาพนางสีดาถูกจับตัวขึ้นราชรถเทียมด้วยม้า ส่วนภาพวานรสังวาสบนต้นไม้ไม่เกี่ยวกับเหตุการณ์ในตอนนี้

ประตูต่อมาคือ มุขทางเข้ามณฑปด้านทิศเหนือแสดงภาพสงครามกรุงลงกา มีกองทัพวานรเหาะลงมาจากด้านบน จากนั้นเดินเลี้ยวอ้อมมุมเข้ามายังประตูเข้ามณฑปทิศตะวันออกตรงที่ท่านเข้ามาในตอนแรก ทั้งสองด้านทำเป็นหลังคาหลอกขั้นลด และใต้หน้าจั่วลงมาเป็นหน้าบันชั้น

Interior lintel, showing five praying rishis, *above the doorway leading from the* mandapa *and* antarala *to the main* prang.

Top left: Pediment over the west entrance of the prang *showing a scene from the* Ramayana.

Right: Pediment over the north door of the sanctuary, showing Rama and his monkey troops.

ภาพบน: ฤษีห้าตนนั่งในซุ้มของทับหลังเหนือประตูระหว่างมุขกระสันกับวิมาน
ภาพบนซ้าย: หน้าบันด้านตะวันตกแสดงภาพจากรามเกียรติ์ ตอนนางสีดาเสด็จโดยบุษบกมายังสนามรบ
ภาพบนขวา: หน้าบันด้านทิศเหนือขององค์ประธานเป็นภาพพระรามยกทัพ

Above: Statue of Brahmani, Koh Ker style, 1st half of the 10th century.
รูปนางพรหมณี, ศิลปะเกาะแกร์

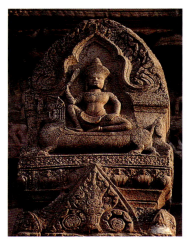

Antefix from the northern face of the main prang *showing Kubera.*
ท้าวกุเวรที่ชั้นนอกด้านทิศเหนือของปราสาทประธาน

maiden's pavilion and deflowers her with his hand, dropping the first-fruits into a vessel of wine. It is said that the father and mother, the relations and neighbours, stain their foreheads with this wine, or even taste it."

Along the south side of the sanctuary, the pediment over the *mandapa* shows a fine carving of the bull Nandi, but the images of Shiva with Uma on his back have been unscrupulously hacked away. The lintel is missing.

Other buildings

In the south-west corner of the enclosure is a tower known as the Prang Noi ('small *prang*'), that rises no higher than cornice level. The styles of the eastern and southern lintels date it to between the late 10th and early 11th centuries – pre-dating the main sanctuary complex. Unusually, it is lined with laterite, and as no trace was ever found of a superstructure, it may have been unfinished.

In the south-east corner is a laterite 'library', and on the north side of the central sanctuary are the remains of two brick buildings, one facing south, the other east. The colonettes still standing are stylistically from the Koh Ker period, so that these brick structures must date to around the early 10th century.

Western *gopura*

On April 13th each year, as the sun rises, it shines directly through the succession of 15 doorways and halls, from the east gopura, through the sanctuary, to the west where you now stand. This is the day chosen for the Phnom Rung Festival. Given the importance attached by the Khmers to auspicious dates, the dedication of the temple may well have been made on this day, when the plane of the ecliptic is aligned with the axis of the temple.

Artefacts

The Mahawirawong Museum in Khorat has a few interesting pieces, notably a statue of the elephant-headed Ganesh in 8th-century Prei Kmeng style that is the oldest artefact recovered from Phnom Rung, a statue of Brahmani in early 10th-century Koh Ker style, and another of a four-headed Brahma.

There is also a lintel showing Krishna killing the serpent Kaliya at the National Museum, Bangkok.

ลดที่น่าสนใจคือหน้าบันทางซ้ายของท่าน หากท่านหันหน้าเข้าหาทางเข้า เนื่องจากจำหลักภาพพิธีกรรมที่จิวตากวน กล่าวถึงในเอกสารเมืองพระนครในคริสตวรรษที่ 13 คือ พิธีเบิกพรหมจรรย์ของสาวพรหมจารี มีนักบวชประกอบพิธีและใช้ศิวลึงค์ขนาดเล็กเป็นเครื่องมือ ตามเอกสารกล่าวว่า "บุตรสาวของครอบครัวที่มั่งคั่งอายุตั้งแต่เจ็ดถึงเก้าขวบ (หรือสิบเอ็ดขวบหากครอบครัวนั้นยากจน) จะให้พระในพุทธศาสนาหรือเต๋า (จิวตากวน นิยามพระลัทธิเต๋าว่า ผู้บูชาศิวลึงค์) ก็ได้ประกอบพิธีเบิกพรหมจรรย์ ในแต่ละปีผู้รู้จะเป็นผู้กำหนดวันตามเดือนจันทรคติของจีนและประกาศทั่วประเทศ...

ทางด้านใต้ของปราสาทประธานมีหน้าบันเหนือมณฑปสลักภาพโคนนทิ แต่รูปพระศิวะและพระนางอุมาบนหลังโคนนทิถูกขโมยตัดไป ส่วนทับหลังก็สูญหายไปเช่นกัน

อาคารอื่น ๆ

ตรงมุมด้านทิศตะวันตกเฉียงใต้ของระเบียงคด มีปราสาทหลังหนึ่งเรียกว่า **ปรางค์น้อย** สูงไม่เกินระดับชั้นลวดบัว จากการศึกษารูปแบบของทับหลังด้านทิศตะวันออกและด้านใต้สามารถกำหนดอายุได้ว่า อยู่ระหว่างปลายคริสตศตวรรษที่ 10 และต้นคริสตศตวรรษที่ 11 ซึ่งมีอายุเก่าแก่กว่าอาคารในกลุ่มปราสาทประธาน ที่แปลกคือปรางค์น้อยนี้ก่อด้วยศิลาแลงและไม่ปรากฏร่องรอยของเครื่องบน คาดว่ายังก่อสร้างไม่เสร็จสมบูรณ์

ตรงมุมด้านทิศตะวันออกเฉียงใต้มี **"บรรณาลัย"** ศิลาแลง และทางทิศเหนือของปราสาทประธานพบปราสาทอิฐสองหลัง หลังหนึ่งหันหน้าไปทางทิศใต้ส่วนอีกหลังทางทิศตะวันออก เสาประดับกรอบประตูมีลวดลายศิลปะแบบเกาะแกร์ ดังนั้นปราสาทอิฐนี้คงมีอายุอยู่ประมาณคริสตศตวรรษที่ 10

โคปุระด้านทิศตะวันตก

ในวันที่ 13 เมษายน ของทุกปี เมื่อพระอาทิตย์ขึ้นแสงอาทิตย์จะส่องเป็นแนวตรงผ่านช่องประตูและห้องทั้ง 15 จากโคปุระด้านทิศตะวันออกผ่านปราสาทประธานออกไปทางโคปุระด้านทิศตะวันตกที่ท่านยืนอยู่ในขณะนี้ วันนี้ถือเป็นวันฉลองเทศกาลปราสาทพนมรุ้ง

โบราณวัตถุที่ขุดพบ

พิพิธภัณฑสถานแห่งชาติมหาวีรวงศ์ที่จังหวัดนครราชสีมา มีโบราณวัตถุจากปราสาทพนมรุ้งบ้าง เช่น ประติมากรรมพระคเณศ มีเศียรเป็นช้างศิลปะแบบไพรกเม็งในคริสตวรรษที่ 8 ถือว่าเก่าแก่ที่สุดที่พนมรุ้ง นอกจากนี้มีประติมากรรมรูปนางพรหมณี ศิลปะแบบเกาะแกร์ ตอนต้นคริสตศตวรรษที่ 10 และประติมากรรมพระพรหมสี่หน้า และที่พิพิธภัณฑ-สถานแห่งชาติ พระนครมีทับหลังรูปพระกฤษณะต่อสู้กับนาคกาลียะ

Statue of a sandstone Ganesh in the 8th century Prei Kmeng style.

พระคเณศศิลปะไพรกเม็งราวศตวรรษที่ 8

Carving of a devata at the base of one of the pilasters.

เทวดาที่โคนเสา

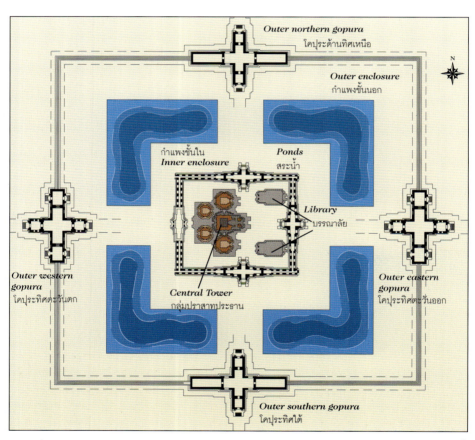

Plan of Muang Tam.

Previous page: Within the outer enclosure of Muang Tam is a moat which has been cut by four broad walkways and turned into four L-shaped ponds.

ผังปราสาทเมืองต่ำ

คำอธิบายภาพหน้า 30-31: ภายในกำเเพงชั้นในมีสระน้ำรูปตัวเเอลที่มุมทั้งสี่ล้อมรอบปราสาทประธานของปราสาทเมืองต่ำ

PRASAT MUANG TAM

ปราสาทเมืองต่ำ

Overlooked by Phnom Rung, and so now known as the 'Lower City', Muang Tam has a particular charm from its tranquil setting and its ponds. It was formerly in deep forest, but gradual settlement in the area has turned it into a pleasant rural landscape, still partly wooded. In the early 1950s a village was built here by about 50 families from Ubon Ratchathani to the east, and the addition of a fairly traditional farming community to the 11th century temple enhances the site, as, when it was still active, Muang Tam, like other Khmer temples, would have been supported by attendant villages.

The temple has recently been restored by the Fine Arts Department, as some preservation work was clearly necessary to prevent collapse due to subsidence. During the course of the restoration work, excavations uncovered some important finds, including two statues.

So far, however, no inscriptions have been found, which makes it difficult to place Muang Tam in the history of the region. The styles of carving, particularly in the lintels, are the best guide to the temple's dates. Most are a combination of Khleang and Baphuon styles, and so were probably carved between the end of the 10th century and the end of the 11th. The temple was dedicated to Shiva – a large *linga* was found in the central shrine, and a prominent lintel from the north-east tower features Shiva and Uma riding the bull Nandi – but fragments of a statue of Vishnu have also been uncovered. Worship of the two gods in the same temple was by no means uncommon.

ปราสาทเมืองต่ำ ชื่อนี้เรียกตามสภาพภูมิประเทศที่มองลงจากปราสาทพนมรุ้งบนยอดเขา แต่เมืองต่ำก็มีเสน่ห์จากทำเลที่ตั้งที่สงบและแวดล้อมด้วยสระน้ำและธรรมชาติ เดิมนั้นปราสาทเมืองต่ำอยู่ในป่าลึก ต่อมาเมื่อเริ่มมีการตั้งถิ่นฐานก็แปรสภาพเป็นชนบทที่มีภูมิทัศน์ที่งดงามและมีป่าเป็นบางส่วน ในตอนต้นทศวรรษ 1950 หมู่บ้านนี้มีเพียง 50 หลังคาเรือน เป็นชาวบ้านจากท้องถิ่นต่างๆ นับแต่จังหวัดอุบลราชธานีลงมาทางทิศตะวันออก สร้างเป็นชุมชนเกษตรกรรมแบบดั้งเดิมโดยรอบศาสนสถานที่มีอายุเก่าแก่ตั้งแต่คริสตวรรษที่ 11 เสมือนกับที่ปราสาทเมืองต่ำของเขมรในอดีตเคยได้รับการดูแลโดยชาวบ้านผู้อาศัยทำกินในบริเวณนี้ตั้งอยู่ในอำเภอประโคนชัย จังหวัดบุรีรัมย์

กรมศิลปากรได้บูรณะปราสาทเมืองต่ำจนเสร็จสมบูรณ์เมื่อเดือนพฤศจิกายน พ.ศ. 2540 สภาพเดิมของปราสาทเมืองต่ำที่ปรักหักพังตามกาลเวลามีเสน่ห์บางประการในตัว แต่งานบูรณะก็จำเป็นทั้งนี้เพื่อป้องกันไม่ให้เกิดการพังทลายลงมา ระหว่างการบูรณะครั้งนี้ได้พบโบราณวัตถุสำคัญจากการขุดค้น มีประติมากรรมเป็นอาทิ

อย่างไรก็ตามไม่ปรากฏว่า พบศิลาจารึกใดๆ จึงเป็นเรื่องยากที่จะสรุปประวัติของปราสาทเมืองต่ำเข้ากับประวัติศาสตร์ของท้องถิ่นนี้ การศึกษารูปแบบศิลปะของการสลักโดยเฉพาะอย่างยิ่งของทับหลัง จึงเป็นวิธีที่ดีที่สุดในการกำหนดอายุศาสนสถานแห่งนี้ รูปแบบที่พบส่วนใหญ่จัดเป็นศิลปะแบบเกลียงและบาปวน จึงอาจทำกันในระหว่างปลายคริสตศตวรรษที่ 10 ถึงปลายคริสตศตวรรษที่ 11 ศาสนสถานแห่งนี้สร้างอุทิศถวายแด่พระศิวะ เนื่องจากพบศิวลึงค์ขนาดใหญ่ในปราสาทประธาน และพบทับหลังสำคัญในปราสาทด้านทิศตะวันออกเฉียงเหนือจำหลักรูปพระศิวะและพระนางอุมาประทับบนหลังโคนนทิ ทั้งนี้ก็ยังพบชิ้นส่วนของประติมากรรมพระวิษณุด้วยเช่นกัน การบูชาเทพเจ้าสององค์ในศาสนสถานแห่งเดียวกันถือเป็นเรื่องปกติ

Muang Tam is a substantial 'flat' temple built to a concentric plan, but with two unusual features. It is flat in the sense that there was no attempt at physically elevating the central sanctuary, either by raising the platform or by building a dominant tower. At the same time, the five central towers and the dedication to Shiva make it clear that the central sanctuary was supposed to represent Mount Meru (and the larger main tower probably Mount Kailasa, where Shiva lives). The five brick towers are one of Muang Tam's peculiarities, being built as a front row of three and a back row of two rather than as a quincunx.

The other special feature of the temple is the importance given to the four corner ponds that surround the inner enclosure, each L-shaped so that they appear as a continuous square moat intersected by four broad causeways. Each of the ponds is surrounded by an embankment in the form of ground-hugging *nagas*; their tails meet to form low gates leading down into the water, and these would have had a ritual role. It is likely that these ponds represent the four oceans surrounding Mount Meru, but this layout is unique among Khmer temples.

The five towers, together with two 'libraries', occupied the inner enclosure. Its wall, broken at the four cardinal points by *gopuras*, is surrounded by the four ponds. These are themselves surrounded by the wall that bounds the outer enclosure, also with *gopuras* on the east, south, west and north. The main entrance is, as usual, on the eastern side. East of this, and beyond the courtyard of the modern wat (Wat Prasat Burapharam), are the remains of a small *baray*, now dried up. It is aligned exactly with the axis of the temple, and so may

The prangs *after restoration, from the west. The pediments are well-carved but lack detail and it is possible that originally they were decorated with stucco relief.*

กลุ่มปราสาทประธานที่ได้รับการบูรณะแล้ว หน้าบัน มีการจำหลักที่ดีและไม่มีรายละเอียดมากอาจเป็น ไปได้ว่า แต่เดิมมีการประดับด้วยปูนปั้นก็เป็นได้

Approximately 100 metres to the north of the prasat is a large baray, one of the few that have not dried up in the centuries since it was built.

บารายขนาดใหญ่ที่ตั้งอยู่ทางเหนือของปราสาทเมืองต่ำ ยังคงเป็นแหล่งน้ำสำคัญของชุมชนนี้

ปราสาทเมืองต่ำเป็นศาสนสถานในแนวราบ มีแผนผังแบบรวมสู่ศูนย์กลาง ที่เรียกว่าในแนวราบนั้นหมายถึงสถาปัตยกรรมของศาสนสถานที่มิได้เน้นความสูง ไม่มียกพื้นหรือสร้างเครื่องบนเครื่องยอดของปราสาทให้สูงเด่น ในขณะเดียวกัน การสร้างปราสาทประธานทั้ง 5 และการอุทิศถวายแด่พระศิวะ คงอธิบายได้ว่า ปราสาทประธานนั้นเป็นสัญลักษณ์ของเขาพระสุเมรุ (ปราสาทขนาดใหญ่กว่าปราสาทอื่นอาจหมายถึงเขาไกรลาสที่ประทับของพระศิวะ) ปราสาทอิฐ 5 หลังถือเป็นหนึ่งในลักษณะพิเศษสองประการของเมืองต่ำ ปราสาทอิฐนี้สร้างเรียงแถว แถวหน้าสามหลังและแถวหลังสองหลัง ลักษณะพิเศษอีกประการหนึ่งของศาสนสถานแห่งนี้คือ การสร้างสระน้ำล้อมรอบระเบียงคดชั้นในตรงมุมทั้งสี่ แต่ละสระสร้างเป็นรูปตัวแอล ทำให้มองดูเหมือนคูน้ำที่เชื่อมต่อกันเป็นรูปสี่เหลี่ยมและมีทางเดินกว้างตัดผ่าน 4 จุด สระน้ำแต่ละสระล้อมรอบด้วยเขื่อนทำเป็นรูปนาคขดลงไปในพื้นดิน ตรงที่ส่วนหางของนาคมาบรรจบกันทำเป็นรูปประตูเตี้ย ๆ เป็นทางลงไปในสระ สถาปัตยกรรมของประตูนี้คงมีส่วนสำคัญต่อการประกอบพิธีกรรมศักดิ์สิทธิ์ เชื่อกันว่า สระน้ำเหล่านี้หมายถึงมหาสมุทรทั้งสี่ที่โอบล้อมเขาพระสุเมรุ แต่การวางผังลักษณะนี้เป็นบุคคลิกเฉพาะของศาสนสถาน-เขมรเท่านั้น

ปราสาทอิฐทั้ง 5 และบรรณาลัย 2 หลัง ตั้งอยู่ภายในบริเวณที่ล้อมด้วยระเบียงคดที่มีโคปุระตรงกึ่งกลางทั้งสี่ด้าน โดยมีสระน้ำทั้งสี่ล้อมรอบอีก และบริเวณที่กล่าวมานี้ทั้งหมดยังถูกโอบล้อมด้วยระเบียงคดชั้นนอกที่มีโคปุระทั้งสี่ทิศ สำหรับทางเข้าหลักคือ โคปุระด้านทิศตะวันออกเช่นปกติ ถัดจากบริเวณวัดทางพุทธศาสนา คือวัดปราสาทบูรพารามออกไปทางตะวันออก มีบารายเล็ก ๆ สระหนึ่ง ปัจจุบันน้ำแห้งไปหมดแล้ว บารายนี้ตั้งในตำแหน่งตั้งฉากกับแกนของศาสนสถาน และอาจจะสร้างร่วมสมัยกัน ถัดไปทางทิศเหนือมีบารายขนาดใหญ่กว่า (1150 x 400 เมตร) บารายแห่งนี้เป็นหนึ่งในไม่กี่แห่งที่ยังคงมีน้ำเต็มนับแต่สร้างมา แม้ว่าจะสร้างภายหลังศาสนสถาน แต่หมายความว่า ได้ใช้น้ำติดต่อกัน

The eastern gopura to the outer enclosure.
โคปุระด้านทิศตะวันออกชั้นนอก

have built at the same time. Further north is a much larger *baray* – 1150m x 400m – which you skirt round in the usual approach to the temple from Phnom Rung or Surin. This *baray* is one of very few that have remained full since they were built – although it was dug after the temple, this means close to 900 years of continuous use. Very possibly, it was contemporary with the great West Baray at Angkor, also still in use. It is fed by streams flowing from the Dongrek Mountains to the south while openings on the *baray*'s northern side were intended to regulate the flow of water into the artificial Khlong Pun ('Lime Canal') to the north. This canal, dug in the lowest part of the plain between the Dongreks and Phnom Rung Hill, stretches 20 km to the north-east, and was a major part of a Khmer water management system designed to cope with the region's notoriously unreliable rainfall.

Outer eastern *gopura*
From the small village road that leads south from the *baray* by the modern *wat*, a short path leads to the main eastern entrance. The lintel over the main doorway in the centre features Krishna fighting the five-headed *naga* Kaliya. The pediment above is carved around a central *kala* face, as are both the lintels and the pediments of the two side entrances. The *kala* plays a particularly

มาเกือบ 900 ปีแล้ว มีความเป็นไปได้สูงว่า บารายนี้ร่วมสมัยกับบาราย ขนาดใหญ่ที่เมืองพระนคร และปัจจุบันก็ยังคงใช้ได้อยู่ น้ำในบารายนี้มา จากลำน้ำที่ไหลมาจากเทือกเขาดงเร็กลงมาทางใต้ ทางด้านเหนือของ บารายทำเป็นทางน้ำไหลออกเพื่อถ่ายเทน้ำลงสู่คลองปูนทางทิศเหนือ คลองปูนเป็นคลองขุดขึ้นในตำแหน่งของพื้นที่ที่ต่ำที่สุดของที่ราบระหว่าง เทือกเขาดงเร็กและเขาพนมรุ้ง มีความยาว 20 กิโลเมตรทอดตัวในแนว ทิศเหนือและทิศตะวันออก และเป็นส่วนสำคัญของระบบชลประทานใน ราชอาณาจักรเขมรที่สร้างขึ้นเพื่อบรรเทาภาวะฝนแล้งอันทารุณในดิน แดนนี้

โคปุระด้านทิศตะวันออกชั้นนอก

จากถนนของหมู่บ้านเล็กๆ ที่ตัดจากบารายลงไปทางทิศใต้ ใกล้กับวัด ปราสาทบูรพาราม มีทางเดินสั้นๆ นำเข้าสู่ประตูศาสนสถานด้านทิศ ตะวันออก ประตูทางเข้าหลักนี้มีทับหลังรูปพระกฤษณะต่อสู้กับนาค กาลียะ หน้าบันด้านบนสลักหน้ากาลตรงกลางและมีลวดลายประดับโดย รอบ ทั้งทับหลังและหน้าบันของทางเข้าอีกด้านก็สลักเหมือนกัน หน้า กาลเป็นลวดลายประดับที่สำคัญที่เมืองต่ำและประดับทับหลังและหน้า บันเป็นสำคัญ หน้ากาลที่สลักที่ปราสาทเมืองต่ำมีสองแบบ ส่วนใหญ่รวม ทั้งที่เหนือประตูทางเข้าด้านนอกเป็นศิลปะแบบบาปวน แต่มีเพียงส่วน น้อยอาทิเช่น เหนือประตูโคปุระด้านทิศใต้จะเป็นศิลปะแบบเกลียงตอน

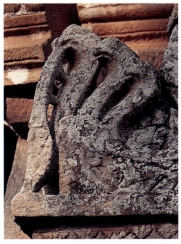

The pediment frames from the eastern gopura end in bald-headed nagas spewing forth garlands, characteristic of the Baphuon style.
กลีบขนุนรูปนาคบนโคปุระด้านทิศตะวันออก ชั้นนอก นาคที่นี่จะคายท่อนพวงมาลัยออกมาจาก ปากอันเป็นลักษณะเด่นของศิลปะแบบบาปวน

Above: The eastern gopura after the restoration.
ภาพบน: โคปุระด้านทิศตะวันออกถ่ายหลังสมบูรณ์แล้ว

Left: Kala lintel over the entrance to the outer eastern gopura, Baphuon style.
รูปหน้ากาลบนทับหลังของโคปุระด้าน ทิศตะวันออกชั้นนอก ศิลปะแบบบาปวน

The kala *motif appears very frequently in lintels at Muang Tam.*
ทับหลังชั้นนอกของโคปุระทิศตะวันออกจำหลัก
รูปหน้ากาล

important role in the decoration at Muang Tam, and occurs frequently in the lintels and pediments. More than this, there are two different styles of *kala* carved at Muang Tam – most, such as those here over the outer doorways, are Baphuon style, but a few, such as over the inner south door of this *gopura*, are in the 'earlier' Khleang style. This is one of several clues in the Northeast that the styles known from Angkor do not always coincide neatly with the periods.

Above, on the corners, are *naga* antefixes marking the ends of arches. The strange-looking projection held in front of the *naga* like a saxophone, is a garland that issues from the creature's mouth – very typical of the Baphuon style and a common treatment of garlands in lintels. Pass through into a cross-shaped room with connecting chambers on either side, where the two side entrances are located.

To the left and right, laterite walls, topped with a curved coping (and a smaller sandstone coping on top of this), form the outer enclosure. These, as well as some of the other structures at Muang Tam, have suffered from subsidence – the relatively low-lying land here is close to the water-table and often waterlogged, as evidenced by the survival of the ponds and the large *baray* to the north. These walls, which previously undulated in a precarious manner, have recently been restored.

Close to this *gopura*, the statue mentioned on page 45 was discovered.

Outer enclosure

Pass through the *gopura* into the temple's outer enclosure. Ahead is the inner enclosure with the restored brick towers, and on either side are two of Muang Tam's L-shaped ponds, effectively making a broad moat. They are dotted with lotus plants, which flower in the morning. On either side, note the low stone gateways with a few steps leading down into the water. The door frames are in fact formed by the tails of *nagas*, whose bodies make up the pond's embankment. A ceremony of some form would have been performed here by priests.

To the north and south are other *gopuras*, smaller than the eastern and western entrances, each with attractive views back over the ponds. This outer enclosure of Muang Tam is worth spending time walking around, particularly when there are few other people (by comparison with Phnom Rung and Phimai, Muang Tam is little visited).

Opposite: View from the northern gopura *of the outer enclosure.*
ภาพขวามือล่าง : ทัศนียภาพจากโคปุระด้านทิศเหนือ
ของระเบียงคดชั้นนอก

ต้น ลักษณะนี้เป็นตัวอย่างที่ชี้ให้เห็นว่ารูปแบบของศิลปะจากเมืองพระนครในดินแดนภาคตะวันออกเฉียงเหนือนี้มิได้ตรงกับสมัยของศิลปะเสมอไป

เหนือขึ้นไปตามมุมต่างๆ มีกลีบขนุนประดับปลายวงโค้งทำเป็นรูปนาคคายท่อนพวงมาลัยในศิลปะแบบบาปวน ลวดลายตัวสัตว์คายท่อนพวงมาลัยนี้ยังใช้ประดับทับหลังด้วย เดินผ่านเข้ามายังห้องรูปกากบาทที่เชื่อมต่อกับห้องด้านข้างทั้งสองด้านซึ่งมีประตูทางเข้าด้านข้างสองประตูทางด้านขวาและซ้ายเป็นกำแพงศิลาแลง ด้านบนทำเป็นสันโค้งและมีสันศิลาทรายขนาดเล็กกว่าซ้อนทับด้านบนอีกชั้น ทำหน้าที่เป็นกำแพงรอบนอก บริเวณกำแพงและอาคารอื่นๆ ที่เมืองต่ำต่างประสบปัญหาแผ่นดินทรุดลงเท่าระดับผืนน้ำและปัญหาน้ำเจิ่งนอง ดังสภาพของสระน้ำและบารายขนาดใหญ่ทางทิศเหนือที่มีน้ำเต็มตลอดมาจนทุกวันนี้

The inner lintel of the inner eastern gopura shows a scene which was extremely popular in the 11th century – Krishna subduing the naga Kaliya.

ทับหลังเหนือประตูชั้นในของโคปุระทิศตะวันออกจำหลักรูปพระกฤษณะต่อสู้กับนาคกาลียะ

ระเบียงคดชั้นนอก

เมื่อเดินผ่านโคปุระเข้ามายังระเบียงคดชั้นนอกของศาสนสถาน ตรงหน้าคือระเบียงคดชั้นในที่ล้อมรอบปราสาทอิฐ และมีสระน้ำรูปตัวแอลอยู่ทั้งสองด้านเสมือนเป็นคูน้ำขนาดใหญ่มีบัวขึ้นอยู่เต็มและบานในยามเช้า ขอให้สังเกตประตูหินเตี้ยๆ ที่มีบันไดสองสามขั้นลงไปในน้ำ กรอบประตูดังกล่าวนี้ แท้จริงเป็นส่วนหางของนาคที่มาบรรจบกัน ส่วนลำตัวนั้นขดเป็นเขื่อนรอบสระ ณ ที่นี้คงเป็นที่ประกอบพิธีกรรมโดยพระเป็นผู้ทำพีธี

Gate of the northeast pond before restoration.
ประตูลงสระน้ำด้านทิศตะวันออกเฉียงเหนือ

Inner enclosure

Return to the central walkway leading between the ponds from the main entrance, and enter the inner eastern *gopura* that leads to the central sanctuary. Above the doorway is yet another *kala* lintel in the Baphuon style – the *kala* grasps the garlands that issue from his mouth, and a row of rishis forms the top border. Pass through, and turn to see the lintel that faces in towards the towers. This is a scene from the life of Krishna, in which he battles the *naga* Kaliya, and wins. The pediment above features a *simha* above the ubiquitous *kala*.

On either side is the gallery wall that surrounds the enclosure, sandstone on a laterite base, extensively restored. Like Phnom Wan and Sdok Kok Thom, the gallery has windows facing both in and out. There are no corner pavilions. In the south-east and north-east corners, recent excavations have uncovered the foundations of two 'library'-like buildings.

Central towers

At the heart of the temple are the five brick towers, four of them restored. The arrangement, in two unequal rows, is unusual; the main shrine, which was larger than the others, is in the middle of the front row. It had completely collapsed by the time restoration work was begun, and there were insufficient bricks found to allow

The inner eastern gopura *seen from the inner courtyard.*
ด้านในของโคปุระด้านตะวันออกก่อนบูรณะ

ทางทิศเหนือและทิศใต้มีโคปุระเช่นกัน แต่มีขนาดเล็กกว่าโคปุระด้านทิศตะวันออกและตะวันตก แต่ทุกด้านต่างมีทัศนียภาพของสระน้ำที่งดงามที่อยู่เบื้องหลัง บริเวณระเบียงคดชั้นนอกนี้เหมาะแก่การเดินชมโดยเฉพาะอย่างยิ่งเมื่อมีผู้คนไม่มาก

ระเบียงคดชั้นใน

กลับเข้ามาที่ทางเดินเดิมที่เชื่อมระหว่างสระน้ำกับทางเข้าหลักแล้วเดินเข้าทางโคปุระชั้นในไปยังส่วนปราสาทประธาน เหนือประตูทางเข้ามีทับหลังศิลปะบาปวนสลักภาพหน้ากาลคายท่อนพวงมาลัยและฤษีนั่งเรียงแถวในตอนบนของทับหลังนี้ เดินผ่านออกมาแล้วหันกลับไปดูทับหลังของประตูที่หันหน้าออกสู่ปราสาทประธาน ทับหลังนี้จำหลักเรื่องราวของพระกฤษณะ เช่น การต่อสู้กับนาคกาลียะและได้รับชัยชนะ หน้าบันเหนือขึ้นไปแสดงภาพคชสีห์เหนือหน้ากาลที่เห็นโดยทั่วไป

กำแพงระเบียงคดที่โอบล้อมออกไปทั้งสองด้านนี้ก่อด้วยศิลาทรายมีฐานเป็นศิลาแลง เช่นเดียวกับระเบียงคดของปราสาทพนมวันและปราสาทสโดกก๊กธม ระเบียงคดนี้มีหน้าต่างทั้งที่หันหน้าเข้าด้านในและหันออกด้านนอกและไม่มีซุ้มประตูที่มุม จากการขุดค้นบริเวณมุมด้านทิศตะวันออกเฉียงเหนือและตะวันออกเฉียงใต้ พบฐานของอาคารที่เชื่อว่าเป็นบรรณาลัยสองหลัง

A five-headed naga *emerging from one of the ponds before restoration.*
นาคห้าเศียรในสระน้ำ

View of the eastern inner enclosure after the restoration.
โคปุระด้านตะวันออกมองจากภายในระเบียงคดหลังบูรณะแล้ว

Detail of lintel from the north tower of the front row of three prangs *showing Shiva and Uma on Nandin.*
ทับหลังของปราสาทด้านทิศเหนือ แถวหน้าจำหลัก รูปพระศิวะและพระอุมาทรงโคนนทิเหนือหน้ากาล

reconstruction. As it stands, it has the just the lower dozen courses, on a massive stepped laterite platform.

Although the restoration with new bricks makes it a little more difficult to appreciate the quality of the original workmanship, there is still evidence of brick carving to quite a high standard. On the south side of the front row's northern tower, the pediment arch has been carved in outline only, but the *nagas* at each corner can be made out. During restoration work, traces of stucco were found on these towers, and it is likely that the decoration was never intended to be completed only in brickwork.

The lintels are of high quality. The main east-facing lintel of the northern tower on the front row is in the Baphuon style, but in other ways stands apart from Muang Tam's other lintels. Particularly deep, and in a red sandstone that has weathered to black in parts, it shows Shiva with Uma riding the bull Nandi, executed in an unusually naïve manner. Another good example of provincial folk art is the treatment of the lintel on the tower directly behind – this features a small scene of Krishna lifting Mount Govardhana, rather nonchalantly, with one of the sheltering cattle behind. Krishna stands above a *kala*, which appears on all the tower lintels. Those on the south-west and south-east towers feature divinities sitting over the *kalas*, and a row of *rishis* at the top.

Outer western gopura

Leave the inner enclosure to the west. The inner western *gopura*, unlike the others, was built of sandstone for some reason, and has long since collapsed. Continue past the ponds on either side to the outer western *gopura*. On the inner and outer entrances of this structure, note the unfinished lintels with a raised central area of stone in the shape of a diamond. For various reasons, incomplete works appear at temples throughout the Khmer empire. Quite often, it was simply a matter of the death of the king or dignitary who commissioned the building – his successor might have little interest in finishing it, particularly when compared with the need to begin a new temple. At any rate, being able to see lintels at various stages of carving on a tour of these temples helps to visualise the way in which the stone carvers approached them. The northern lintel of Phnom Wan's shrine, for example, shows the stage between the modelling of the basic features and the detailing. Here is a much earlier stage, in which the surrounds have been cut back to leave a plain diamond shape in the centre. This would then have been carved into the main motif – probably a kala face as in the other *gopuras*. The pilasters on either side of the door are also at different stages – on one the design

กลุ่มปราสาทประธาน

ตรงศูนย์กลางของศาสนสถานมีปราสาทอิฐ 5 หลัง เรียงเป็นสองแถวไม่เท่ากัน ปราสาทหลังใหญ่ที่สุดตั้งอยู่กึ่งกลางของแถวหน้า ปราสาทนี้พังลงมาทั้งหลังก่อนบูรณะและเนื่องจากอิฐเดิมมีไม่พอเพียงที่จะก่อได้ดังเดิม ดังนั้นเมื่อก่อขึ้นใหม่จึงไม่สูงเท่าที่เคยเป็นและตั้งอยู่บนฐานศิลาแลงขนาดใหญ่โดยมีขนาดกว้างยาวด้านละ 22 เมตร สูง 1 เมตร

แม้ว่าการบูรณะโดยใช้อิฐใหม่ทำให้ไม่อาจชื่นชมฝีมือของช่างโบราณได้อีกต่อไป แต่ก็ยังพบหลักฐานการสลักอิฐที่งดงามอยู่บ้าง เช่นที่ปราสาทอิฐแถวหน้าหลังด้านทิศเหนือ จะพบโค้งหน้าบันด้านทิศใต้สลักเพียงโครงร่าง แต่รูปนาคตรงมุมถือเป็นตัวอย่างงานสลักที่งดงามได้ ระหว่างการบูรณะพบชิ้นส่วนปูนปั้นมากมายในปราสาท จึงเชื่อได้ว่าลวดลายประดับคงมิได้จำกัดอยู่เพียงงานอิฐเท่านั้น

ทับหลังที่เมืองต่ำสลักด้วยฝีมือชั้นเยี่ยม เช่นทับหลังของปราสาทแถวหน้าหลังด้านทิศเหนือแผ่นที่หันไปทางทิศตะวันออกเป็นศิลปะบาปวน มีลักษณะที่แตกต่างไปจากทับหลังที่เมืองต่ำแผ่นอื่นตรงที่สลักได้ลึก ใช้ศิลาทรายสีแดงและบางส่วนกลายเป็นสีดำอันเป็นผลจากสภาพดินฟ้า อากาศ ทับหลังจำหลักพระศิวะและพระนางอุมาบนหลังโคนนทิในอิริยาบทที่เรียบง่ายผิดจากที่พบโดยทั่วไป อีกตัวอย่างหนึ่งของการสลักทับหลังตามแบบศิลปะท้องถิ่นคือ ทับหลังของปราสาทที่อยู่ด้านหลังจำหลักเป็นรูปพระกฤษณะยกเขาโควรรธนะ แสดงท่าทางแบบไม่เดือดเนื้อร้อนใจ มีวัวตัวหนึ่งอยู่ด้านหลัง ส่วนทับหลังของปราสาทด้านทิศตะวันตกเฉียงใต้และตะวันออกเฉียงใต้แสดงรูปเทพเจ้าประทับเหนือหน้ากาล และมีฤษีนั่งเรียงแถวอยู่ตอนบน

Lintel of the north tower of the back row showing Krishna lifting Mount Govardhana.
ทับหลังของปรางค์ด้านทิศเหนือแถวหลัง จำหลักรูปพระกฤษณะโควรรธนะ

โคปุระด้านทิศตะวันตกชั้นนอก

เดินออกจากระเบียงคดชั้นในไปทางตะวันตกจะพบว่า โคปุระด้านทิศตะวันตกชั้นในต่างจากโคปุระอื่นตรงที่ก่อด้วยศิลาทรายด้วยเหตุผลบางประการและได้พังลงมานานแล้ว จากนั้นเดินออกมาผ่านสระน้ำทั้งสองด้านไปยังโคปุระด้านทิศตะวันตกชั้นนอก ทั้งที่ทางเข้าด้านนอกและด้านในจะสังเกตเห็นว่า ทับหลังสลักไม่เสร็จสมบูรณ์บริเวณตรงกลางทำเป็นรูปเพชรนูนขึ้นมา มีเหตุผลหลายประการที่งานของศาสนสถานหลายแห่งทั่วราชอาณาจักรเขมรทำไม่แล้วเสร็จในยุคนั้น เช่น กษัตริย์ที่อุปถัมภ์การก่อสร้างสวรรคต รัชทายาทของท่านอาจไม่สนใจที่จะดำเนินการต่อให้เสร็จสมบูรณ์ โดยเฉพาะอย่างยิ่งเมื่อพิจารณาเรื่องความจำเป็นที่ต้องสร้างศาสนสถานแห่งใหม่ขึ้นมา

อย่างไรก็ตาม การได้ชมทับหลังที่สลักค้างไว้ตามที่ศาสนสถานต่างๆ ทำให้เห็นขั้นตอนและวิธีการสลัก ยกตัวอย่างเช่น ทับหลังที่ด้านทิศเหนือของปราสาทประธานที่พนมวัน เป็นขั้นตอนระหว่างการขึ้นรูปและลงรายละเอียด ส่วนที่นี่ถือว่ายังอยู่ในขั้นตอนแรกๆ เพราะเพิ่งตัดส่วนรอบๆ ออกเหลือไว้แต่รูปเพชรเรียบๆ ตรงกลาง จากส่วนนี้คงสลัก

Stone hand of Vishnu holding a discus, one of his four attributes.
ชิ้นส่วนของพระหัตถ์ถือจักรของพระวิษณุ ที่ขุดพบระหว่างบูรณะ

Western gopura.
โคปุระด้านทิศตะวันตก

has only been roughed out, while the other is partially carved.

Artefacts

Two stone figures were uncovered during recent excavations, both significant, and now at the National Museum, Bangkok. One figure, found near the base of the outer eastern *gopura*, was broken into three pieces, and although unfinished, is in a posture that suggests he was holding a club. If so, he would be a guardian figure known as Nandikesvara. The other statue, carved from the same sandstone, was found, unusually, in the large baray to the north. This figure has small fangs at the corners of the mouth, and so was almost certainly a guardian of the kind known as a Mahakala. It would originally have stood as a pair with the statue of Nandikesvara. Why it should have been moved is not known, although one obvious suspicion is that it was thrown into the *baray* by iconoclasts.

ลวดลายหลักลงไปซึ่งอาจเป็นหน้ากาลเช่นทับหลังที่โคปุระอื่น เสาติดผนังตรงข้างประตูทั้งสองด้านที่สลักค้างไว้ก็อยู่ในขั้นตอนที่ต่างกัน เสาหนึ่งเพิ่งจะกลึงให้เรียบส่วนอีกเสาเริ่มสลักไปบางส่วนแล้ว

โบราณวัตถุที่ขุดพบ

จากการขุดค้นพบรูปประติมากรรมศิลา 2 รูป ที่มีความสำคัญมากและปัจจุบันเก็บรักษาไว้ที่พิพิธภัณฑสถานแห่งชาติ พระนคร รูปหนึ่งพบบริเวณใกล้ฐานของโคปุระด้านทิศตะวันออกชั้นนอก หักออกเป็นสามส่วน แม้ว่าจะยังไม่เสร็จสมบูรณ์ แต่เห็นว่าบุคคลนั้นถือกระบองในมือ หากเป็นเช่นนั้นรูปนี้คงเป็นทวารบาลชื่อ นันทิเกศวร อีกรูปหนึ่งสลักจากศิลาทรายเช่นกัน พบในบารายขนาดใหญ่ด้านทิศเหนือ รูปบุคคลนี้มีเขี้ยวเล็กๆ ที่มุมปาก จึงคาดว่าเป็นทวาลบาลชื่อ มหากาฬแน่นอน ประติมากรรมศิลาทั้ง 2 รูปนี้อาจตั้งไว้คู่กันมาก่อน ส่วนสาเหตุที่ถูกแยกกันไม่อาจคาดเดาได้ แม้ว่ามีผู้ตั้งข้อสงสัยว่า ผู้ที่จับประติมากรรมถ่วงลงบาราย คงเป็นผู้มุ่งทำลายความเชื่อและหมดความเลื่อมใสศรัทธารูปบูชานั้น

During excavations two stone guardian figures were uncovered. The one at left is probably a Mahakala: the one at right is Nandikesvara.

ระหว่างการขุดค้นปราสาทเมืองต่ำได้มีการขุดค้นพบเทวรูปหินยืน 2 องค์

Glossary

Airavata   The elephant, that is the mount or vehicle of Indra, usually portrayed with three heads, but occasionally with one only. Known in Thai as Erawan.

Ananta   The endless World Serpent floating in the cosmic sea, and supporting Vishnu as he sleeps through the night of Brahma before the rebirth of the world. Also known as Sesha.

Antarala   Corridor connecting the *garbhagrha* to the *mandapa*.

Antefix   Pinnacle or other ornament that stands on a parapet.

Arjuna   The king of the Haihayas, of the Pandava tribe had a spur with Krishna.

Baray   Artificial lake or reservoir.

Brahma   The Creator of all things, and principal deity of the Trimurti (with Vishnu and Shiva). Brahma has four heads and four arms, holding sceptre, rosary, bow and almsbowl. Brahma is born from Vishnu's navel at the beginning of each world cycle. His vehicle is the *hamsa*, or goose.

Brahmani   See Brahmi.

Brahmi   Hindu priest.

Devata   Female deity.

Ganesh   Elephant-headed son of Shiva. According to legend, Shiva decapitated his son in a moment of anger, and in remorse replaced the head with the first that came to hand – that of an elephant.

Garbhagrha   The inner chamber in a Khmer sanctuary, in the form of a square cell. Literally 'womb house'.

Garuda   Mythical bird-man; the vehicle of Vishnu. Mortal enemy of *nagas*.

Gopura   Entrance pavilion, sometimes surmounted by a tower.

Guru   Spiritual instructor.

Hamsa   Sacred goose; vehicle of Brahma. In Buddhism, represents the flight of the doctrine.

Indra   The Vedic god of the sky, clouds and monsoon, and guardian of the East. The principal god in the Rig Veda.

Indrajita   Son of Ravana.

Kala   A demon commanded to devour itself. Commonly sculpted over a temple entrance as guardian. Name from the Sanskrit for "blue-black".

Kaliya   *Naga* wounded by Krishna.

Kansa   Uncle of Krishna.

Kareikalammeyar   Female disciple of Shiva.

Krishna   One of the *avatars*, or incarnations of Vishnu, and hero of the Mahabharata epic.

Kubera   The god of wealth and guardian of the North; chief of the *yakshas*.

Lakshmi   Wife of Vishnu, goddess of fortune and symbol of Vishnu's creative energy. Her emblem is the lotus.

Lakshmana   Brother of Rama.

Lanka   Capital city of the demon Ravana, in the Ramayana.

Laterite   Red, porous, iron-bearing rock, easy to quarry but very hard when dried.

'Library'   Isolated annexes usually found in pairs on either side and in front of the main entrance to a temple, or the entrance to an enclosure. There is no certainty that they were actually used as libraries.

Linga   Stylised image of a phallus representing the essence of the god Shiva. In Sanskrit, the word means 'sign' and 'distinguishing symbol'.

Lintel   Stone block spanning an entrance, across the two door pillars. May be load-bearing or decorative.

Mahakala   One of Shiva's guardians (distinguishable by a pair of fangs) standing in a pair at an entrance with Nandikesvara.

Mahayana   'Great Vehicle', referring to the later form of Buddhism in which the Buddha and Bodhisattvas are worshipped as deities.

Makara   A sort of sea monster with the snout of an elephant and the body of a crocodile.

Mandapa   Antechamber: a pavilion or porch in front of the main sanctuary.

Meru, Mount   The mountain home of the gods.

Muchalinda   The giant serpent who shelters the meditating Buddha from a storm with its hood.

Naga   Multi-headed serpent with many mythological connections, associated with water, fertility, rainbows, and creation. Five-and seven-headed *nagas* are common motifs, usually with the basic from a cobra.

Nandin   Sacred bull; the mount, or vehicle, of Shiva.

Nandikesvara   One of Shiva's guardians, standing in a pair at an entrance with Mahakala.

Pediment   The triangular vertical face above the lintel, over a portico or other entrance. Used decoratively.

Phnom   Khmer for 'hill' or 'mount'.

Prang   Thai term for an elongated cone-shaped tower. The central *prang* is built over the *garbhagrha*.

Prasat   From the Indian '*prasada*', a terraced pyramid temple typical of South India.

Preah   Khmer word for 'sacred', from the Sanskrit '*brah*'.

Rama   One of the earthly incarnations of Vishnu and eponymous hero of the Ramayana.

Ramayana   Hindu epic tracing the efforts and adventures of Rama to recover his wife Sita, kidnapped by the demon Ravana. The Thai version is the Ramakien.

Ravana   Multi-armed and -headed demon; the villain of the piece in the Ramayana epic.

Redenting   Architectural treatment of a structure in plan whereby the corners are indented (cut back) into successive right angles.

Rishi   Hindu seer, ascetic or sage. Forerunners of the brahmins.

Shiva   One of the Hindu Trinity of gods; the God of Destruction, but also of re-birth. Called Isuan in Thai.

Simha   Lion.

Sita   Wife of Rama.

Uma   Shiva's consort.

Wat   General term used in Thai for Buddhist temple, from the Sanskrit '*vatthu*'.

Varuna   Originally a universal deity, encompassing the sky, later to become a god of seas and rivers, riding the makara. The guardian of the West.

Vishnu   Member of the Hindu Trinity; the Preserver and Protector. The Thai name is Narai. A popular deity among worshippers, he manifests himself on earth in a variety of incarnations, or *avatars*.

Yaksha   Semi divine being, associated with Kubera.

Yogi   A ascetic who practices austerities.

อภิธานศัพท์

ไอยราวตาร ช้างซึ่งเป็นพาหนะทรงของพระอินทร์ ปกติจะแสดงเป็นช้างสามเศียร แต่บางครั้งก็มีเศียรเดียว ภาษาไทยเรียก "ช้างเอราวัณ"

อนันตนาคราช พญานาคที่ลอยตัวในมหาสมุทรเป็นที่รองรับพระวิษณุในเวลาบรรทมตอนกลางคืน

อันตราลา ระเบียงเชื่อมระหว่างครรภคฤหะและมณฑป

กลีบขนุนปรางค์ เครื่องประดับชั้นเชิงบาตรหรือชั้นหลังคา

อรชุน กษัตริย์แห่งหหิยะ พระบิดาคือปานดู

บาราย ทะเลสาบเทียมหรือสระเก็บกักน้ำ

พระพรหม องค์ผู้ทรงสร้างสรรพสิ่งและเป็นเทพสูงสุดองค์หนึ่งในไตรภูมิ (ร่วมกับพระนารายณ์และพระศิวะ) พระพรหมมีสี่พระพักตร์และสี่พระกร ถือคทา ลูกประคำ เกาทัณฑ์และบาตร พระพรหมกำเนิดจากพระนาภีของพระนารายณ์ ทุกครั้งที่มีการสร้างโลก พาหนะทรงของพระพรหม คือ หงส์

พรหมานี *โปรดดู* นางพรหมาณี

นางพรหมาณี นักบวชสตรีในศาสนาฮินดู

เทวดา นางฟ้า, เทพธิดา

พระคเณศ โอรสองค์หนึ่งของพระศิวะมีเศียรเป็นช้าง ตามตำนานเล่าว่า พระศิวะพิโรธและตัดเศียรโอรสนี้ เมื่อทรงคลายพิโรธจึงหาศีรษะที่หาได้ ตอนนั้นมาต่อ ซึ่งเป็นศีรษะของช้าง

ครรภคฤหะ ห้องสี่เหลี่ยมจัตุรัสในศาสนสถานเขมร

ครุฑ สัตว์ครึ่งนกครึ่งคนในตำนาน พาหนะของพระนารายณ์ เป็นอริกับนาค

โคปุระ พลับพลาทางเข้า บางแห่งมียอดเป็นปรางค์

กุรุ ผู้ชี้นำทางวิญญาณ

หงส์ ห่านป่าศักดิ์สิทธิ์ พาหนะของพระพรหม ในพุทธศาสนาหมายถึง การเผยแพร่ธรรม

พระอินทร์ เทพเจ้าแห่งท้องฟ้า เมฆและมรสุม และเป็นเทพประจำทิศตะวันออกตามคัมภีร์พระเวทเทพผู้เป็นใหญ่

อินทรชิต โอรสของท้าวราพณาสูร

หน้ากาล ลวดลายอิทธิพลอินเดีย อสูรที่ถูกสาปให้กลืนตัวเอง ปกติจะจำหลักไว้เหนือประตูทางเข้า ทำหน้าที่เฝ้าทางเข้า คำว่า กาล มาจากภาษาสันสกฤตว่า สีดำหรือความมืด

นาคกาลียะ นาคที่ต่อสู้จนได้รับบาดเจ็บจากพระกฤษณะ

กังสะ พระปิตุลาของพระกฤษณะ

กาไรกาลัมเมยาร์ สาวกสตรีของพระศิวะ

พระกฤษณะ อวตารหนึ่งของพระนารายณ์ เป็นวีรบุรุษในมหาภารตะยุทธ

ท้าวกุเวร เทพเจ้าแห่งความมั่งคั่งและเป็นเทพรักษาทิศเหนือเป็นหัวหน้าของพวกยักษ์

พระลักษมี มเหสีพระนารายณ์ เทวีแห่งโชคและสัญลักษณ์ของพลังสร้างสรรค์ของพระนารายณ์ แทนองค์ด้วยรูปดอกบัว

พระลักษณ์ อนุชาของพระราม

ลงกา นครหลวงของท้าวราพณาสูรในมหากาพย์เรื่องรามายณะ

ศิลาแลง หินสีแดง มีรูพรุนมีส่วนผสมของเหล็ก สามารถตัดได้ง่ายแต่เมื่อเย็นตัวลงจะแข็งมาก

บรรณาลัย อาคารเดี่ยว มักพบว่าสร้างเป็นคู่ตรงด้านข้างและด้านหน้าของประตูทางเข้าหลักสู่ศาสนสถานหรือทางเข้าสู่ลานชั้นใน สำหรับชื่อ "บรรณาลัย" นี้ ใช้เรียกมาแต่โบราณ แต่ไม่ปรากฏแน่ชัดว่าได้เคยใช้เป็นห้องสมุดจริงๆ

ศิวลึงค์ สัญลักษณ์ของเพศชายหมายถึงพระศิวะ ในภาษาสันสกฤตคำนี้หมายถึง "ภาพิ" หรือ "สัญลักษณ์พิเศษ"

ทับหลัง ทำด้วยหินหรือหินทรายแกะเป็นลวดลายอยู่บริเวณเหนือทางเข้าระหว่างเสา 2 ข้าง บางทีอาจเป็นฐานรองรับน้ำหนักหรือใช้เป็นเครื่องตกแต่งสถานที่

มหากาฬ หนึ่งในสาวกของพระศิวะปกติจะยืนคู่กันตรงทางเข้าคู่กับนันธิเกศวร

มหายาน แปลว่า "ยานอันยิ่งใหญ่" หมายถึง พุทธศาสนาในยุคต่อมาที่บูชาพระพุทธเจ้าและพระโพธิสัตว์ในฐานะเทพ

มกร เป็นสัตว์ในเทพนิยายที่มีงวงเหมือนช้างและตัวเป็นจระเข้

มณฑป พลับพลาหรือโถงด้านหน้าศาสนสถาน

เขามันทระ ภูเขาในตำนาน ใช้เป็นแกนในการกวนเกษียรสมุทร

มุจลินทร์ พญานาคที่แผ่พังพานกันลมพายุให้กับพระพุทธเจ้าที่ทรงสมาธิ

นาค งูในตำนานมีหลายหัว

นนทิ โคศักดิ์สิทธิ์ เป็นพาหนะของพระศิวะ

นันธิเกศวร หนึ่งในสาวกของพระศิวะจะยืนคู่กับมหากาฬตรงทางเข้าศาสนสถาน

ปารวตี เทวีและมเหสีของพระศิวะ

หน้าบัน จั่วเหนือทับหลัง หรือมุขหรือทางเข้า ใช้เป็นส่วนประดับสถาปัตยกรรม

พนม ภาษาเขมรแปลว่า "เนินเขา" หรือ "ภูเขา"

ปรางค์ ภาษาไทยหมายถึงยอดอาคารรูปกรวยสูง ปรางค์ใหญ่จะสร้างเหนือครรภคฤหะ

ปราสาท มาจากคำว่า pasada ในภาษาอินเดียหมายถึง สถาปัตยกรรมของวัดทางใต้ของอินเดีย เป็นทรงปิรามิดมีระเบียงล้อมรอบ

เปรีย ภาษาเขมรหมายถึง "ศักดิ์สิทธิ์" มาจากภาษาสันสกฤตว่า "พระ"

พระราม อวตารหนึ่งของพระนารายณ์ และเป็นชื่อตัวละครเอกในเรื่องรามายณะ

รามายณะ มหากาพย์สำคัญของฮินดู เล่าถึงความอุตสาหะและการผจญภัยของพระรามที่ติดตามนางสีดา มเหสีที่ถูกท้าวราพณาสูรลักพาตัวไปกลับมา ฉบับภาษาไทยใช้ชื่อ "รามเกียรติ์"

ราพณาสูร อสูรมีหลายหน้าและหลายมือ เป็นตัวร้ายในมหากาพย์รามายณะ

ย่อมุม รูปแบบโครงสร้างสถาปัตยกรรมที่เกิดจากการตัดมุมใหญ่ออกเป็นมุมย่อยๆ หลายมุม

ฤษี นักบวชฮินดู ก่อนมาเป็นพวกพราหมณ์

พระศิวะ หนึ่งในเทพเจ้าสูงสุดของฮินดู เป็นเทพเจ้าแห่งการทำลายและการเกิดใหม่ ภาษาไทยเรียกว่า "พระอิศวร"

สิงห์ สิงโต

สีดา มเหสีของพระราม

พระอุมา ชายาพระศิวะ

วัด ชื่อเรียกวัดทางพุทธศาสนาในภาษาไทย

พระวรุณ แต่เดิมเป็นหนึ่งในเทพเจ้าของจักรวาล ภายหลังเป็นเทพเจ้าแห่งทะเลและแม่น้ำ ทรงมกร เป็นเทพผู้รักษาทิศตะวันตก

พระวิษณุ หนึ่งในเทพเจ้าทั้งสามของศาสนาฮินดู คนไทยเรียกพระนารายณ์ นับเป็นเทพเจ้าที่มีคนนับถือมากที่สุดองค์หนึ่ง

ยักษ์ เป็นเทพที่เป็นพวกเดียวกับท้าวกุเวร

โยคี นักบวชผู้แสวงหาธรรมะจากการปฏิบัติและฝึกตนในวิธีต่างๆ

Index

Figures in bold denote that the item is illustrated on the page of that number

Agni 20
Airavata **20**
Ananta 20, **21**
Angkor 7, 18, 36
Angkor Wat 7, 14, 22
Angkor Wat style 14
Annam 20
architectural symbolism 10
Arjuna 22
Art Institute of Chicago 20

Baphuon style 33, 37, 38
baray 18, 34, **35**, 36, 38
battle scenes 7, **8**, 16
boundary stones **10**, 14
Brahma 20, **21**
Brahmani **28**
brick 36
Briggs, Laurence Palmer 7

causeway **10**, **12**, 14
Chams 20
China 20
Chola style 22
Chou Ta-Kuan 24

deflowering ceremony 24, **25**, 28
devata **29**
Dongrek Mountains 10, 18, 36
dragons 20

Fine Arts Department, the 33

Ganesh 18, 28, **29**
guruda 24
guardian figures 44, **45**
guardians of directions 20

hamsas 20
Hiranya 7, 8
hospitals 18

Indian style 22
Indra **6**, 20
inscriptions 7, 8, 14

kala **6**, 16, 20, **21**, 36, **37**, **38**, 40, **42**, **43**
Kalpana 8
Kaliya 28, 36, **39**, 40
Kansa 22
Kareikalammeyar 18
Khleang style 33, 38
Khlong Pun 36
Koh Ker style 28
Krishna 22, 24, 28, 36, **39**, 40, 42, **43**
Kubera 20, 28
Kuti Reussi 18

Lakshmana 24
Lakshmi 20
Lalitasana 16
Lanka, Battle of 24
Laos 10
'libraries' **23**, 28, 34, 40
linga 20, 24, 33
lintels **6**, **21**, **24**, **27**, **37**, **38**, **39**, **40**, **42**, **43**
lions 16

Mahakala 44, **45**
Mahawirawong Museum 28
Mahidharapura dynasty 7
makara 16
Mekong River 10
monkeys 20, 24
monkey troops 16, 24
Mount Govardhana 42

Mount Kailasa 34
Mount Meru 10, 34

nagas **9**, **14**, 16, **17**, 20, **31**, 34, **37**, **38**, **39**, **41**, 42
naga bridges **9**, **12**, **13**, **14**, 15, 20
Nandi **19**, 20, 28, 33, 42
Nandikesvara 44, **45**
National Museum, Bangkok 28, 44
Narendraditya 7, 8, 16, **20**, 22
Nirriti 20

Parrots **21**
Phimai 14, 18, 22, 24, 38
Phnom Rung festival 28
Phnom Wan 40, 42
plans 10, **12**, **32**
ponds **30**, **32**, 34, 37, 38
Prang Noi 22, 28
Preah Vihear 10
Prei Kmeng style 28

Rajarajesvara 22
Rama 24
Ramayana 16, 24, **27**
Ravana 24
resting houses 18
restoration 7, 10
rice fields **18**
rishis 20, 22, **24**, 42
royal roads 18

Sdok Kok Thom 40
Shiva 8, **16**, 18, **19**, 20, 22, 33, 34, **42**
Shiva and Uma 33, **42**
Shivaite worship 8

simhas **6**, **29**, 40
Sita 24
Skanda 20
stucco 34, 42
Suryavarman II, King 7

Ta Muen Pass 18
Ta Muen Thom 18

Uma 33, **42**

Varuna 20
Vayu 20
Vietnam 20
Vishnu on garuda 24
Vishnu reclining 18, 20, **21**
Vishnuite images 8, 18, 33, **43**
volcano 10

water management system 38
Wat Phu 10
West Baray 36
White Elephant Hall **10-11**, **12**

yakshas 16
yogis 8, **16**, 20

ดรรชนีค้นชื่อ

กฤษณะ, พระ 23, 24, 25, 29, 37, 41, 42
กัลปนา 9
กาไรกาลัมเมยาร์, นาง 19
กาล, หน้า 6, 37, 41, 42, 43
กฎิฤษี 19
กุมภกรรณ 19
กุเวร, ท้าว 20, 21
เการพ, ราชวงศ์ 8
เกาะแกร์, ศิลปะ 28
เกลียง, ศิลปะ 33

เขมร, อาณาจักร์ 7, 9, 11, 19, 33, 37, 43
เขาพระวิหาร 11
เขาพระสุเมรุ 11, 35
โขง, แม่น้ำ 11

คเณศ, พระ 19, 29
ครุฑ 25
คลองปูน 37
คันธกุมาร, พระ 21
โคนนทิ 21, 29, 33, 42
โคปุระตะวันตก 11, 17, 23, 29, 41, 42, 44
โคปุระตะวันออก 6, 9, 11, 14, 15,16, 19, 29, 35, 37, 41, 45
โควรรธนะ, เขา 43

จาม 21
จิวตากวน 27
จีน, ศิลปะ 27
โจฬะ, ศิลปะ 23

ชาลารูปกากบาท 13, 15
ชิคาโก, สถาบันศิลปะแห่ง 19

ทศกัณฐ์ 25
ทางเดิน 13

ดงเร็ก, ภูเขา 11, 19, 37

ตาเมือน 19
ตาเมือนธม, ปราสาท 19

นครวัด, ศิลปะ 15, 19, 23, 25
นเรนทราทิตย์ 7, 9, 17, 21, 23
นันทิเกศวร 45
นาค 21, 35, 40
นาคกาลียะ 29, 37, 41
นางสีดา 25, 27
นารายณ์บรรทมสินธุ์ 19, 21
นิรุทธิ์, พระ 21

บรรณาลัย 4-5, 23, 29, 35, 41
บริกก์, ลอเรนซ์ พาลเมอร์ 7
บันไดทางขึ้น 15
บาปวน 33, 37, 41, 42
บาราย 19, 35, 37, 45

ปรางค์น้อย 4-5, 23, 27, 29
ปรางค์ประธาน 4-5, 8
ปราสาทบูรพาราม, วัด 35, 37
ปาณฑพ, ราชวงศ์ 8

พนม 11
พนมวัน 41, 43
พรหม, พระ 21, 28
พรหมาณี, นาง 28, 29
พระยากง 23
พิมาย 15, 19, 23, 25
ไพรกเม็ง, ศิลปะ 29

ภู, วัด 11

มกร 15
มณฑป 19, 21, 22, 25
มหากาฬ 45
มหาวีรวงศ์, พิพิธภัณฑ์ 29
มหิธรปุระ 7
เมืองต่ำ, ปราสาท 19, 33
เมืองพระนคร 7, 17, 19, 27, 37

ระเบียงคด 13, 35, 41
ระมาด 21
รากษส 21
ราชสีห์ 6, 27
ราม, พระ 25, 27
รามายนะ 17, 25
โรงช้างเผือก 11, 13

ลลิตาสนะ 17
ลักษณ์, พระ 25
ลักษมี, พระ 21
ลาว 11

วรุณ, พระ 21
วายุ, พระ 21
วิษณุ, พระ 9, 21, 25, 35, 42
วิษณุอนันตศายิน 19
เวียดนาม 21

ศิลปะอเมริกัน, มูลนิธิ 19
ศิลปากร, กรม 33
ศิลาจารึก 7, 9, 15
ศิวะ, พระ 9, 16, 17, 25, 29, 33, 35, 37, 42
ศิวนาฏราช 9, 17, 19
ศิวลิงค์ 33
ศูนย์บริการนักท่องเที่ยว 13

ไศวนิกาย 9, 21

สโดกก็อกธม, ปราสาท 41
สะพานนาค 9, 14, 15, 17
สุริยวรมันที่ 2, พระเจ้า 7
เสานางเรียง 15

หิรัญยะ 7, 9

อรชุน 23
อัคนี, พระ 21
อันนัม, แคว้น 21
อัปสร, นาง 17
อินทร์, พระ 6, 17, 20, 21
อิสาณ, พระ 21
อุบลราชธานี 33
อุมา, พระ 19, 29, 33, 42
เอราวัณ, ช้าง 21

ฮินดู, ศาสนา 11, 15, 17, 25

Bibliography

Chandler, David. *A History of Cambodia*. Colorado: Westview Press; 1983.

Chandler, David. *The Khmer*. Blackwell Publishing Ltd.; 1996.

Chou, Ta-Kuan. *Notes on the Customs of Cambodia*. Translated by J. Gilman D'Arcy Paul from Paul Pelliot. Bangkok: Social Science Association Press; 1967.

Coedès, George. *The Indianized States of Southeast Asia*. Honolulu: The University Press of Hawaii; 1968.

Freeman, Michael. *A Guide to Khmer Temples in Thailand & Laos*. Bangkok: River Books; 1996.

Jacques, Claude. *Angkor Cities and Temples*. Bangkok: River Books; 1997.

Vallibhotama, Manit. *Guide to Phimai*. Bangkok: Fine Arts Department; 1961.

Moore, E. and Siribhradra, Smitthi. *Palaces of the Gods*. Bangkok: River Books; 1992.

Roveda, Vittorio. *Khmer Mythology*. Bangkok: River Books; 1997.

Siribhradra, Smitthi and Veraprasert, Mayuree. *Lintels: a comparative study of Khmer lintels in Thailand and Cambodia*. Bangkok: Siam Commercial Bank; 1989.

Suksvasti, Suriyavudh. *Stone Lintels in Thailand*. Bangkok: Muang Boran; 1988.

Wyatt, David K. *Thailand, A Short History*. New Haven: Yale University Press; 1984.

บรรณานุกรมภาษาไทย

กรมศิลปากร. *ปราสาทพนมรุ้ง*, 2531.

สรเขต วรคามวิชัย. *ปราสาทเมืองต่ำ*, ศูนย์ศิลปวัฒนธรรมและภาควิชาประวัติศาสตร์ วิทยาลัยครูบุรีรัมย์, 2529.

สุริยวุฒิ สุขสวัสดิ์, มรว. ศ. *พนมรุ้ง-ปราสาทหินสีชมพูบนยอดภูเขาไฟ*. ศิลปวัฒนธรรม, 2531.